बेबी

विजय तेंडुलकर यांची नाटके

नाटक

अशी पाखरे येती
एक हट्टी मुलगी
कमला
कन्यादान
कावळ्यांची शाळा*
कुत्रे
गिधाडे
गृहस्थ*
घरटे अमुचे छान
घाशीराम कोतवाल
चिमणीचं घरं होतं मेणाचं
चिरंजीव सौभाग्यकांक्षिणी
झाला अनंत हनु ंत
त्याची पाचवी***
दंबद्वीपचा मुकाबला
नियतीच्या बैलाला**
पाहिजे जातीचे
फूटपायरीचा सम्राट
बेबी
भल्याकाका
भाऊ मुरारराव
मधल्या भिंती
माणूस नावाचे बेट
मित्राची गोष्ट
मी जिंकलो! मी हरलो!
विठ्ठला
शांतता! कोर्ट चालू आहे
श्रीमंत
सखाराम बाइंडर
सफर**
सरी ग सरी

एकांकिका

समग्र एकांकिका : भाग १
समग्र एकांकिका : भाग २
समग्र एकांकिका : भाग ३

बालवाङ्मय

इथे बाळं मिळतात
चांभारचौकशीचे नाटक
चिमणा बांधतो बंगला
पाटलाच्या पोरीचं लगीन
बाबा हरवले आहेत
बॉबीची गोष्ट
राजाराणीला घाम हवा

अनुवादित

आधे अधुरे
(मूळ लेखक : मोहन राकेश)
तुघलक
(मूळ लेखक : गिरीश कार्नाड)
मी कुमार
(मूळ लेखक : मधु राय)
लिंकन यांचे अखेरचे दिवस
(मूळ लेखक : मार्क फॉन डॉरन)
लोभ नसावा ही विनंती
(मूळ लेखक : जॉन पॅट्रिक)
वासनाचक्र
(मूळ लेखक : टेनेसी विल्यम्स)

---

* 'गृहस्थ'चे पुनर्लेखन : 'कावळ्यांची शाळा'
** ध्वनिफितीच्या रूपानेही प्रकाशित
*** मूळ इंग्रजी : His Fifth Woman (अनु. चंद्रशेखर फणसळकर)

बेबी

विजय तेंडुलकर

पॉप्युलर प्रकाशन, मुंबई

बेबी
(म - १००९)
पॉप्युलर प्रकाशन
ISBN 978-81-7185-835-4

BABY
(Marathi : Play)
Vijay Tendulkar

© २०१८, तनुजा मोहिते

पहिली आवृत्ती : १९७५ / १८९७
(नीलकंठ प्रकाशन, पुणे)
दुसरी आवृत्ती : २००५ / १९२७
पुनर्मुद्रण : २०१८ / १९४०
दुसरे पुनर्मुद्रण : २०१९ / १९४०

प्रकाशक
हर्ष भटकळ
पॉप्युलर प्रकाशन प्रा. लि.
३०१, महालक्ष्मी चेंबर्स
२२, भुलाभाई देसाई रोड
मुंबई ४०००२६

अक्षरजुळणी
एच. एम. टाइपसेटर्स
११२०, सदाशिव पेठ
विद्याधर अपार्टमेंट्स
निंबाळकर तालीम चौक
पुणे ४११०३०

या नाटकाचे प्रयोग, भाषांतर, चित्रपट
दूरदर्शन रूपांतर, व्हीसीडी, डीव्हीडी
ई-बुक्स रूपांतर इत्यादी संदर्भातील
सर्व हक्क श्रीमती तनुजा मोहिते यांचे
स्वाधीन आहेत. परवानगी व परवानगीमूल्य
या संदर्भात तनुजा मोहिते
फ्लॅट नं. २४०१, बी विंग
लोढा न्यू कफ परेड, आयमॅक्स थिएटरजवळ
शिवडी-चेंबूर रोड, वडाळा, मुंबई ४०००२
या पत्त्यावर पत्रव्यवहार करावा

'बेबी' या नाटकाचा पहिला प्रयोग 'नटेश्वर', मुंबई या संस्थेतर्फे गुरुवार दिनांक १९ ऑगस्ट १९७६ रोजी दुपारी ४ वाजता शिवाजी मंदिर, दादर, मुंबई येथे सादर करण्यात आला.

दिग्दर्शक : कमलाकर सारंग
नेपथ्य / प्रकाशयोजना : बाबा पार्सेकर

कलाकार

राघव : निळू फुले
शिवापा : अरविंद देशपांडे
कर्वे : मोहन गोखले
बेबी : लालन सारंग

अंक पहिला
दृश्य पहिले

[एका बैठ्या कौलारू घराच्या दोन खोल्या. घराला एवढ्याच खोल्या. सकाळ. बेबी तयार होऊन घरातून निघण्याच्या गडबडीत. वायलची सस्ती रंगीत साडी. केसांचा एक आधुनिक हेअरडू. कानात लोंबते इयरिंग्ज. आरशापुढे उभी राहून कुंकू लावते आहे. दार वाजते. बेबी दार उघडते. दारात एक वेडसर वाटणारा इसम, झब्बा-लेंग्यात. हातात बोचकेवजा पिशवी.]

	: बेबी!
बेबी	: कोण?
राघव	: मी राघव. राघव मी. ओळखलं नाहीस मला? ओळखलं नाहीस?
बेबी	: (पुढे ओढ घेत) राघव... (जागच्या जागी गोठते.)
राघव	: काल मेंटलमधून सुटलो. काल...

[ती गोठलेलीच.]

सुटल्यावर वाटलं, जावं वाट फुटेल तिकडे. लांब. दीड वर्षात हजारदा निरोप पाठवूनसुद्धा जी एकदा भेटत नाही ती कसली बहीण आपली! पण जीव झाला नाही. वाटलं, तुला एकदा पहावं.

[ती गोठलेली, त्याच्या घशात आवंढे.]

तुला भेटावं अन् मग काय ते ठरवावं. त्यात जवळ तिकिटाला सुद्धा पैसे नव्हते. पैसेच नव्हते... सांग बेबी, मी जाऊ असाच? तू म्हणशील तर जातो. कुठे पण भटकेन बैराग्यासारखा. तुझ्याशिवाय उरलंय काय मला. ना घर ना संसार. आता काय करणार दुसरं मी?

बेबी	: आत ये राघव. बस.

[तो आत येऊन बसतो.]

राघव	: आधी जेवायला वाढ मला भरपूर. मी उपाशी आहे. उपाशी आहे मी.

[मध्येच पुटपुटत हातवारे करण्याची सवय आता लक्षात येते.] प्रथम आपल्या घरी गेलो. तिथं दुसरेच कोण. कोण तरी म्हणालं, या भागात राहतेस. आज शोध काढला. मी उपाशी आहे, जेवायला वाढ. अशी पहातेस काय? अं? बदललो मी. पार चोथा झालो. त्या वेड्यांच्या इस्पितळात माझ्या जागी दुसरा असता तर... मॅड झाला असता ठार. मी कसा बचावलो, मलाच माहीत. (पुटपुटतो.) आधी चहा दे मला. केव्हांचा घेतला नाही. तू पण बदललीस. केवढे तरी लांब केस होते तुझे. शंभरात उठून दिसशील अशी शेलाटी. मेण्टलमध्ये तुलाच आठवायचो. भाऊ मेला का जिता आहे, बघायला सुद्धा फिरकली नाहीस. तरी पण बहीण होतीस एकुलती एक. तू खराब झालीस. ही जागा केव्हा घेतलीस?

बेबी	: तुला.. काहीच कळलं नाही, राघव?
राघव	: इस्पितळात? तिथं तुमच्या जगाची शुद्ध कुठली? शुद्ध कुठली.. दिवस वेगळा, रात्री वेगळ्या. (अस्वस्थपणे उठून उभा राहतो.) भयंकर स्वप्न होतं ते. फार भयंकर.. खायला देतेस ना मला? नाही तर चहा दे.

[ती आतल्या खोलीत येते. मागोमाग राघव.]

जुन्या भाड्याचं होतं आपलं घर. अंधाराचं पण मोठं. तुला सोडायला लावलं ते?

[ती चहा ठेवू लागते.]

त्याशिवाय सोडणार नाहीस. आपण तिथं वाढलो. खेळलो. काल गेलो तर तू नाहीस. आपलं घर नाही. तिथं दुसरंच कुणी. तिथंच बसून घसा फोडून रडावंसं वाटलं बघ बसून...

(हातवारे करीत पुटपुटतो.) कच्चं खाल्लं असणार तुला चाळीतल्या लोकांनी. त्यात मी तिकडे त्या नरकपुरीत अडकून पडलेला. तेच चावायचं जिवाला दिवसरात्र. तू घरी एकटी आहेस. काल गेलो तर सगळे जनावर दिसावं तसे पहात होते, डोळे फाडून. हसलेसुद्धा असतील. तडक निघालो तिथनं. जिथं आपलं काय नाहीच तिथं कशाला थांबायचं? कशाला... कशाला थांबायचं?... वस्ती वाईट नव्हती, वाईट झाली नंतर. इथं आपल्या मानानं वस्ती हलकी आहे एकदम. जागा लहान आहे.

[बेबी चहा आणि खाण्याचे करण्यात गुंतलेली.]

काय करतेस? हल्ली?

बेबी : कोण? तू जरा ष्टो बघ, मी दूध घेऊन येते समोरच्या भैय्याकडनं. हं? (भांडे घेऊन घाईने बाहेर निघून जाते.) ही आलेच–

[राघव बसलेला. पुटपुटतो. हातवारे करतो. बेचैनपणे उठून फेऱ्या घालतो.]

राघव : वेड्याच्या इस्पितळांना आग लावली पाहिजे आग... सुटतील की सगळे... नरकपुऱ्या आहेत या तुमच्या... धड माणसाला त्यात टाकता? त्याला वेडा बनवू बघता? शिवापाला सामील होऊन मला वेडा ठरवतात... आग लावीन इस्पितळाला.. राख करीन सगळ्याची... (डोके धरून बसतो. नव्याने पुटपुट वाढू लागते. हातवारे वाढतात.) मॅजिस्ट्रेट पण कटात सामील.. दीड वर्ष भोगल्यायत नरकयातना. ठार वेड्यांच्यात जगलो, वेड्यांच्यात. लाळ गळणाऱ्या, लेंग्यात हगणाऱ्या-मुतणाऱ्या वेड्यांच्यात. आता पुन्हा नाही. घाण सगळी. आतड्यांना भोकं पडली ओकून ओकून. नाकातले केस जळाले घाणीनं. मेंदूला क्षतं पडली. आग लावीन आग...

(पुन्हा आवेग ओसरून अस्पष्ट पुटपुटत राहतो.)
[बेबी दूध घेऊन आलेली.]
(चाहूल लागताच पुटपुट टाकून सावरत.) लौकर आलीस.
[ती चहा ओतू लागते.]
(तिचा गळा मागून न्याहाळीत) तू लग्न नाही केलंस बेबी?
[ती ताठरते.]
का नाही केलंस तू लग्न? तेवढाच आधार झाला असता. बाईमाणसानं एकटीनं जगणं म्हणजे मरण ना या आजकालच्या दिवसात. माझा विरोध होता कुणाबरोबर फिरण्याला. त्यानंच अखेर अडचणीत आलीस. आपला दाम चोख असला तर कशाला कुणाची शहामत होते? शिवापाच्या गँगची नजर उगाच नसती पडली तुझ्यावर.
[ती त्याच्यापुढे चहा ठेवते.]
तू अजून लग्न कर, बेबे. बाईमाणसाला सर्व रीतीसारखं हवं. एकटी पडलीस, फार सोसलंस. तुला सांभाळीन म्हणून आई जाताना शपथ खाल्ली तर मीच मेण्टलमध्ये जाऊन पडलो.
[ती त्याला चहा ओतून देते.]
घेतो की मी... पण तू आता लग्न कर. तुझी पोरंबाळं बघू देत. खेळवेन, तुला खेळवली तशी. खरंच.
[ती बशीतून खाणे देते.]
पूर्वीची धमक असती तर मीच जमवलं असतं बघ तुझं. कुठं काम करतेस?
[ती लक्ष नाही असे दाखवते.]
काय म्हणतो मी, काम कुठं करतेस?

बेबी : स्टुडिओत.

राघव : कसला स्टुडिओ? फोटोचा?

बेबी : सिनेमाचा.

राघव : सिनेमात काम करतेस? कसलं काम करतेस?

बेबी : एक्स्ट्राचं.

राघव : सिनेमात एक्स्ट्राचं काम करतेस तू? आई असती तर कपाळच फोडून घेतलं असतंन. आपलं घराणं कसलं नि हे काम कसलं हलकं, हलक्या लोकांचं. पण तू तरी काय करणार? मिळालं ते काम घेतलं असशील. एकटी पडलीस. मी मेण्टलमध्ये अडकलो. नेमका काटा काढला त्यांनी माझा. शिवापाच्या गँगनं. पोलीस त्यांना सामील. मॅजिस्ट्रेट तसलाच. एकटा अख्खा गँगला पुरून उरलो त्याचा सूड घेतला शिवापानं. दीड वर्ष जिवंत मरण जगलो. (शहारतो. चेहरा ताठरतो.) जुना असतो तर आज म्हणालो असतो, खून पाडतो साल्याचा. पण दीड वर्षात सगळा पोखरलोय. आता म्हणतो, आता तरी जगू द्या बाबांनो मला माणसासारखा. तिथं पुन्हा नको जायला. उरलेली वर्षं शहाण्यांच्या जगात निमूटपणे काढायची आहेत बघ आपल्याला. एवढीच इच्छा आहे. बखेडा नको, वैर नको. पालेभाजीसारखा जगणार आहे.

[ती त्याला घास भरवते आहे.]

हे काय? मी लहान का तू लहान? मी खाईन की. आणि तू काही बोलतच नाहीस. इतक्या दिवसांनी भेटलो तर तू गप्पच. मीच बडबडतोय. आई गेली न् एकमेकांना धरून वाढलो बघ आपण. तुला मी, मला तू आणि ते घडलं. ते... शिवापाच्या गँगनं मी रात्रपाळीवर असल्याचा फायदा घेऊन घरात शिरून तुझ्याशी दंगामस्ती केली. साले, मी नाही बघून धीट बनले. काय चुकलं त्यांना मी जाऊन मारलं त्यात? एकटा होतो सहाजणांसमोर. शिवापाचा मुडदाच पाडणार होतो त्या दिवशी.

पण बचला तो. बदला म्हणून मला अडकवला शिवापानं, मेण्टल हॉस्पिटलात. तपासणीत डॉक्टरानं माझं डोकं फिरलंय म्हणून ठरवलं. धड माणसाला वेडा ठरवता मग डोकं फिरणार नाही होय त्याचं? तो काय शांत माथ्यानं बसेल? (उठून उभा राहतो बेचैनपणे.) नाही, आता नाही आपण कुणाशी दोन हात करणार. वाटलं तर पाया पडेन, पण पुन्हा ते तिथं बंद होणं नको. नरकपुरी नको.

[घाम टिपतो आहे. ती त्याला बसवते. खायला लावते.]

आपला सुपडा पार साफ झालाय. मानलंय आपण. नशिबानं साफ मारलीय आपली. कबूल करतो. बेबे, तू खातच नाहीस?

बेबी : खाईन मग. (तोंडाला कोरड.)

राघव : इथं बरं वाटतं बघ. तू दिसलीस, बरं वाटलं. बाकी कुणाला तोंड दाखवावं वाटत नाही. तू तरी दिसशील अशी आशा नव्हतीच. दीड वर्षात एकदा भेटायला यायला जमलं नाही होय तुला? काही सांगू नकोस. तुझ्या इज्जतीसाठी नरक भोगत होतो मी आणि तू तोंडसुद्धा दाखवलं नाहीस? जाऊ दे. कशी वागलीस तरी बहीण आहेस. दुसरं कोण आहे मला? अंगाखांद्यावर खेळवली तुला. मीच अपराध पोटात घालायचे की तुझे. माझा काही पण राग नाही तुझ्यावर. असं पुष्कळ बोललं म्हणजे तेवढंच हलकं वाटतं; म्हणून बोलतोय. तिथं बोलायचं तर ऐकायला कोण? ठार वेडे न् दगडी भिंताडं. धड माणूस ऐकून हसायचं, वेडा बरळतोय म्हणून. टाळकं फुटायला यायचं च्यायला! कधी वाटायचं, वेडे होतोच आहोत. वेडे झालोच! (घाम पुसत राहतो. बेचैन.) हो, खातो. पण तू खा माझ्याबरोबर, आणि लग्न कर तू बेबे, माझं ऐक. एक बरं वाटतंय बघ. माझं काही का होईना, तू बरी राह्यलीस. देवानं

तेवढी दया केली. आईला मरते वेळेला वचन दिलं होतं ना मी. वचनात गुंतलोय.

[ती बेचैन.]

तू बरी राह्यलीस, पुष्कळ झालं. आता सांगतो मी तुला. मला वाटलं होतं धंद्यालाच लागली असशील. एकट्या तरुण बाईमाणसाची धडगत नसते आजकाल. फार हलकट झालंय जग. तुझ्यासारखं एकटंदुकटं माणूस म्हणजे आयती शिकार सर्वांना. पण तू बचावलीस.

बेबी : राघव...

राघव : ते काही नाही, आता आधी तुझं लगीन लावून देतो एकदा.

बेबी : आणखी खायला हवं, राघव?

राघव : पोट भरलं... आता जेवायला वाढ सावकाशीनं. घरचं जेवेन शहाण्यासारखा बसून. काय वेगळं वाटतंय, तुला सांगता नाही येत बघ. खरं नाही वाटत. सुटेनसं वाटतच नव्हतं. आता बेबे, काही दिवस स्वस्थ पाय ताणून झोपणार. तुझ्याशी बोलणार. तुझ्या हातचं खाणार. बास. पुढचं पुढं. आता आधी माणसात यायचं.

बेबी : राघव... तू– इथे राहणार आहेस?

राघव : का? (सणकेने उठत) तू म्हणशील तर हा जातो–

बेबी : राघव– तसं नव्हे रे–

राघव : मग का विचारलंस तसं? मला कुठली जागा आहे आणखी? कोण आहे माझं?

बेबी : रागवू नकोस राघव... पण इथं राहणं तुला आवडणार नाही...

राघव : आवडणार नाही?...

बेबी : हो, तुझ्या जिवाला इथं बरं वाटायचं नाही, राघव. कसं सांगू तुला? (कशीबशी, प्रयासपूर्वक) राघव, तुला ठाऊक नाही काहीच.

राघव	: मला ठाऊक नाही? काय?
बेबी	: मी– तशी राह्यले नाही.
राघव	: म्हणजे सिनेमात काम करतेस हेच ना?
बेबी	: नव्हे– तेवढंच नव्हे...
राघव	: तेवढंच नव्हे? मग? आणखी काय?
बेबी	: (चलबिचल) एकटी नाही मी–
राघव	: एकटी नाहीस तू...? घरात दुसरं कुणीच नाही...
बेबी	: पण ते, आहे...
राघव	: आहे? तू लगीन केलंस बेबे? लगीन केलंस?

[ती नकारार्थी मान हलवते.]

मग? मग काय आहे? कोण आहे?

| बेबी | : (घाबरलेली.) तू... रागावशील, राघव... |
| राघव | : कोण आहे? |

[राघवच्या अंगाला कंप.]

तशीच... राहतेस कुणाबरोबर? तुला– ठेवलंय कुणी? बेबे तू...

[मनस्वी कंप.]

छी छी छी. तू – तू रखेली झालीस बेबे, रखेली...

[विषादच विषाद. मग सावरतो.]

नाइलाजानं केलं असणार तू हे... एकटी पडलीस ना? आणि जग सालं हलकट आहे फार. कोणी नाही आधार देणार, सगळे हात मारून जातील. अग, मग त्यापेक्षा लग्न करायचं कुणाशी... म्हातारा चालला असता, लंगडापांगळासुद्धा.. चालला असता... रोगीसुद्धा.. चालला असता. गळ्यात मंगळसूत्र अडकलं असतं. कुठल्या घरची मुलगी तू बेबे न्.. रखेली! माझी एकुलती एक बहीण रखेली! अग तुझ्या इज्जतीकरता ना दीड

वर्ष नरकात जाऊन आलो मी? तुला इतकंसुद्धा न करून भागलं नाही? आई-बाबा काय म्हणतील? पण ते आहेत कुठे? सुटले कधीच. मी उरलो. वचनात गुंतलो होतो. दीड वर्षानं बाहेर आलो तर हे ऐकतोय. रखेली झालीस तू? (मनस्वी थरथरतो आहे.) कुळाला काळं फासलंस ना बेबे तू. घराचं नाव घालवलंस– यापेक्षा मेली का नाहीस? यासाठी येत नव्हतीस होय तोंड दाखवायला? हिंमत नव्हती तुझी...
[ती स्फुंदते आहे.]
तुला तरी काय दोष द्यायचा. दोष माझ्याच नशिबाचा. तुझा केवढा अभिमान मला! पण हे ऐकणं आलं. तुझा दोष नाही बेबे– नाइलाज झाला असेल तुझा. जगाचा अनुभव नाही. गांगरलीस. फसवली असणार तुला. फसवली ना? मीच मेण्टलमध्ये जायला नको होतं बघ. मुळात डोकं गमवायला नको होतं. शिवापाच्या टोळीशी मारामारी करायला नको होती. मी कुठल्याही परिस्थितीत तुला एकटं टाकायला नको होतं. साली शुद्ध उरली नाही तेव्हां. (डोक्यावर थपडा मारून घेतो.) मी चुकलो, मीच.

बेबी : राघव.. मला क्षमा कर राघव...

राघव : (आवेगानं) मीच गाढव... मीच चुकलो...

बेबी : राघव... नको. तुझी काही चूक नाही. जो तो आपलं नशीब बरोबर घेऊन येतो आणि बरोबर घेऊन जातो. या जगात कोणी कुणाचं नशीब बदलू शकत नाही, राघव. माझं नशीब होतं तसं माझं झालं. मीच दुर्दैवी. घराचं नाव घालवणारी ठरले. तू माझ्याकरता स्वत:ला दोष लावून घेऊ नको, राघव. काही माणसं जन्मत:च दुर्दैवी असतात.

राघव : बेबे...!

बेबी : मी वाचल्या आहेत अशा माणसांच्या कहाण्या. त्यांच्या नशिबाला चूक तेवढंच सगळं येतं. पाऊल टाकावं तिथं संकट निघतं. काटेकुटे आणि जागोजाग दबा धरून बसलेले विषारी साप हेच त्यांचं आयुष्य असतं. अश्रू आटून गेले तरी दुर्दैव संपत नाही. अती झालं आणि हसू आलं तसं त्यांचं होतं. फिर्याद कुणाकडे करायची?

राघव : बेबे... या वयात म्हाताऱ्या माणसासारखं बोलतेयस तू...

बेबी : शहाणपण अनुभवानं येतं तसं चांगली चांगली पुस्तकं वाचून ते समजतं, राघव. शहाण्या माणसांनी अनुभवाचे बोल लिहून ठेवलेले असतात पुस्तकात. आधी खूप गोंधळायची मी. त्रास व्हायचा फार. एके दिवशी एक कादंबरी दिली मला स्टुडियोत माझ्याबरोबर काम करणाऱ्या मुलीनं आणि मला वाटलं की माझीच गोष्ट त्या लेखकानं लिहिलीय, मीच त्या कादंबरीची दुर्दैवी नायिका आहे. त्या कादंबरीनं मला खूप कळलं राघव. तेव्हांपासून त्या लेखकाची नवी कादंबरी प्रसिद्ध झाली की मी ती लगेच वाचून काढते. तिच्यात जगण्याचं सुंदर सुंदर तत्त्वज्ञान असतं. सुभाषितं असतात. या आपल्या आयुष्याचं रहस्य त्यात अचूक सांगितलेलं असतं. आता मला फारसा कसला त्रासच होत नाही, राघव– मी वहीत लिहून ठेवलेली सुभाषितं वाचते आणि सर्व कळतं. मला शक्ती मिळते. आपण कसलं आयुष्य जगतो याला महत्त्व नाही राघव, आपला आत्मा स्वच्छ पाहिजे. कारण शेवटी आपण आपल्या आत्म्याला जबाबदार आहोत. शेवटी आपला निवाडा तिथे होणार आहे.
[राघव अवाक् पाहतो आहे.]
राघव, मी हीन जगत असले तरी माझा आत्मा मी या घटकेपर्यंत स्वच्छ ठेवला आहे. मी चांगल्या गोष्टींचाच विचार करते.

कोणाला दोष देत नाही. देवावर श्रद्धा ठेवते.

राघव : बेबी...

बेबी : आणि माझी खात्री आहे की शेवटी देव माझं बरं करील. कारण मी कधीच कुणाचं वाईट चिंतीत नाही. राघव, तुला इथं आवडणार नाही. कारण तुझ्या बहिणीचं सर्व तुला पाहवणार नाही. आणखी पण... एक कारण आहे राघव. पण तू इथं राहू नयेस असं मला वाटतं आणि तुला तुझ्या या परिस्थितीत दूर घालवण्याला जीव होत नाही, पण तू इथून जा, राघव. तेच तुला बरं आहे. मन घट्ट करून तुला सांगते आहे.

[राघव अगतिक.]

राघव : जाऊ म्हणतेस? ठीक आहे. जातो. कुठे जाऊ? माझी ही अशी स्थिती. वेडा समजतात. काम मिळणं कठीण. मिळालं तर निभणं कठीण. शरीर दुबळं झालेलं. मेंदू दुबळा झालेला. जवळ काही नाही. डोक्यावर छप्पर नाही. विचारायला माणूस नाही. एक तूच होतीस. जातो मी.

[बोचके उचलून दाराकडे निघतो. दाराकडे जातो. अंगाला कंप. बेबी स्वतःला रोधते आहे.

राघव लोटलेले दार उघडतो. एकदम प्रखर उजेड आत येतो. राघवच्या सर्वांगाला मनस्वी कंप. मुद्रा घाबरलेली. घेरी येते आहे असे वाटते. एकदम तो मट्दिशी खाली बसतो. डोळ्यांवर हात. कंप अजून आहे.]

नाही बेबे. मी नाही कुठे जात. मी इथेच राहीन. तू सोडलंस तर काही उरलं नाही ग मला. मी पार खलास झालोय. मला भीती वाटते जगाची फार. भीती वाटते फार... भीती वाटते...

[पुटपुटत राहतो. बेबी ताठरलेली.]

उघड्या जगात जगायची शक्तीच गेली माझी. बेबे, इथेच

राहतो मी. तू ठेवशील तसा राहीन. सांगशील ती कामं करीन. माझी कसली तक्रार नाही असणार. पण मला बाहेर नको घालवू. बाहेर नको घालवू मला... बाहेर नको...

बेबी : (ताठरल्या स्वरात) राघव, कसल्याही परिस्थितीत राहशील इथे तू?

राघव : हो...

बेबी : मुळीच तक्रार नाही करणार?

राघव : हो...

बेबी : काहीही बघवेल तुला?

राघव : हो...

बेबी : तुझ्या बहिणीचं काहीही...?

राघव : हो, बेबे, हो. पण मला घालवू नकोस. (अतिशय अगतिक.)

बेबी : (जाऊन त्याला उठवते.) रहा इथे. (स्वर विलक्षण कठीण.)
(राघव जरा स्थिरावलेला.)
[बळ एकवटून] राघव, शिवापानं मला ठेवली आहे.
[राघव सुन्न. पांढराफटक पडलेला. नकारार्थी मान हलवतो आहे, विश्वास न बसावा तसा. अंगाला कंप.]
होय राघव, मी तुला सत्य तेच सांगते आहे. तुला मेण्टल हॉस्पिटलमध्ये नेल्यावर शिवापानं मला भ्रष्ट केली. सात दिवस रोज तो यायचा. माझं काही चाललं नाही, राघव. कोणी माझ्या मदतीला आलं नाही. मग शिवापा येईनासा झाला. सगळे माझा 'शिवापाची' 'शिवापाची' म्हणून बोटं दाखवून छळ करू लागले. चाळीनं मला वाळीत टाकली. कोणी विचारीना, बोलेना. माझ्या दारापुढे कुणी घाण आणून टाकू लागले तर कुणी दारावर शिवापाचं नाव लिहून ठेवलं. घरात खायला उरलं नाही. दोन दिवस उपाशी होते. रडून संपलं तेव्हा

म्हणाले, त्याच्या नावानं मला हिणवतात ना? तर त्याच्याकडेच जाते. आणि मी शिवापाकडे गेले. त्याला म्हटलं, नाहीतरी माणसातून उठले आहे तर तू माझी काहीतरी सोय कर. शिवापानं मला मदत केली. मला या हलक्या वस्तीतल्या जागेत आणली. इथं शिवापाचा वचक आहे. इथं कोणी मला हिणवीत नाही. आता शिवापा रोज वेळ मिळाला की इथं येतो. मला तो खूप छळतो. पण तो मला विचारतो, राघव. त्यानं मला एक्स्ट्राचं काम मिळवून दिलं. त्याची बायको आजकाल रक्तक्षयानं आजारी असते. तिचा खर्च मी करते. पण शिवापा मनाने तसा वाईट नाही, राघव. तो सुद्धा नसता तर मला कुणाचं संरक्षण होतं, सांग?

[राघव अजून सुन्न.]

अजून इथं राहणार आहेस तू राघव? तुला माझी शरम वाटत असेल, होय ना? तुला जावंसं वाटलं राघव, तर मी तुला मुळीच अडवणार नाही.

[राघव उठतो कसाबसा. ॲजिटेटेड हातवारे करू लागतो. पुटपुटू लागतो. पुन्हा गळून बसतो.
बेबी पाहते आहे.]

राघव, शिवापाला थोडासुद्धा त्रास होईल असं वागून चालणार नाही. त्याच्या इच्छेप्रमाणे सर्व व्हायला लागेल. कारण सर्वांनी उघड्यावर टाकली, तू सुद्धा दूर गेलास– तेव्हां मला त्यानंच आश्रय दिला ना. त्यानं मला संरक्षण दिलं. तो कसाही असला तरी मी कृतघ्न होता कामा नये. राघव, तोच शेवटी माझा आधारदाता आणि रक्षणकर्ता ठरला आहे.

[राघव बसून आहे.]

तू आलास हे बरंच झालं, राघव. मी स्टुडियोत असले की

घराला कुलूप असायचं. दुपारी मोलकरणीला भांडी घासायला मिळायची नाहीत. संध्याकाळी मलाच परत आल्यावर भांडी घासायला लागायची. आता तू घरात असशील. शिवाय तू रेशनदेखील आणू शकशील.

[राघव बसून आहे.]

शिवापाची परवानगी काढायला लागेल... पण मला खात्री आहे, मी त्याला समजावलं तर तो तुला इथे ठेवू देईल.

[राघव बसून आहे.]

राघव, पुन्हा आपण एकत्र आलो. पण किती वेगळ्या परिस्थितीत! (उसासून) आयुष्य असंच आहे, राघव.

[राघव बसल्या जागी गुडघ्यात डोकं खुपसतो. अंधार.]

अंक पहिला

दृश्य दुसरे :

[संध्याकाळ. दिवस अंधारतो आहे. बेबी बाहेरून येते. शिळी. थकलेली. पाय ओढत येते. जवळ पर्स, एक लायब्ररीचे पुस्तक आणि ब्रेड. सवयीने पर्समधून किल्ली काढू लागते. मग दाराकडे लक्ष जाते. 'अय्या! किल्ली कशाला काढत होते!' पुटपुटत पर्समधला हात बाहेर काढते. दार लोटते. बाहेरल्या खोलीत एका कोपऱ्यात राघव भिंतीला टेकून बसलेला. आपला एक हात आणखी कोणाचा असावा अशा त्याच्या हालचाली करून त्या बघतो आहे स्वत:च. बेबीला पाहून तो हे थांबवतो. किंचित्काळ बसल्या जागी आक्रसलेला. मग उभा राहतो.]

बेबी : (चपला काढीत) काय राघव?
(हातची पर्स, पुस्तक ठेवून दिवा लावते. नमस्कार करते. आतल्या खोलीत जाते. दिवा लावते. भांडी पाहते.)
हे काय? मोलकरीण आलीच नाही. राघव, मोलकरीण नाही फिरकली दुपारी? घासायची भांडी तशीच आहेत. आता मलाच ती घासली पाहिजेत. (ब्रेड किंचित् आपटत त्रासिकपणे) मला वाटलं होतं आज तरी...

राघव : (आत येऊन) मोलकरीण आली. पण मी कोण ते तिला माहीत नव्हतं ना. त्यामुळे घरात शिरलीच नाही. बाहेरच्या बाहेर गेली.

बेबी : अरे पण तू तिला सांगायचंस. तू कशाला होतास मग?

राघव : मी सांगण्याआत गेली ती.

बेबी : (खाली बैठक घेत एक सुस्कारा टाकते.) छान झालं. एकेकाचं नशीब असतं. ते काही केलं तरी टळायचं नाही. आता चहा करायला हवा. मीच करायचा तो.

राघव	: मी किती दिवसांत केला नाही, नाहीतर–
बेबी	: करते मीच. जरा दम खाते नि मग खोचते पदर कामाला. करणार काय! आज सारखी उभी होते. पाय मोडायला आले. कॉलेजबाहेरच्या सीन्सचं शूटिंग होतं. मी कॉलेजची लेडी स्टुडण्ट होते. आज रीटेक्स इतके झाले. हीरो नाहीतर हिरॉइनचं काहीतरी चुकायचं. त्यांचं काही नाही तर कॅमेरामन चुकला. त्यांच्या चुका होतात नि आमचा जीव जातो. आज एक पान वाचून झालं नाही. (स्वतःचे पाय चेपीत) आई ग.
राघव	: (वाकत) मी चेपू?
बेबी	: वेळ कुठे आहे बाबा सर्व करून घ्यायला?
	[उठते. पदर खोचते. तोंडावर पाणी मारते. चहा ठेवते. भांडी उचलते आणि ओचे खोवून मोरीत बसून ती घासू लागते. राघव हरवल्यागत उभा. मधून मधून हातवारे.]
	आज काय केलंस दिवसभर? काय रे?
राघव	: मला विचारलंस? बसून होतो. झोपण्याचा प्रयत्न केला; पण झोप येत नव्हती. येतच नव्हती झोप...
बेबी	: जागेचा बदल झाला ना...
राघव	: सगळाच बदल की. सगळाच... बदल...
	[ती भांडी घासण्यात मग्न. तो हरवलेला उभा.]
	बेबी–
बेबी	: काय?
राघव	: असं कसं झालं?
बेबी	: काय?
राघव	: तुझं असं कसं झालं सगळं... विचार करतो तर डोळे कुणीतरी झाकावेत तसं कुणीतरी एकदम झाकूनच टाकतं. विचार करायचा असतो पण... होतच नाही. गुदमरायला होतं फार.

बेबी	:	(भांडी घासत) हूं.
राघव	:	त्रास होतो फार... त्रास होतो...
बेबी	:	करून घेऊ नये. कसला तरी चांगला विचार करावा, राघव.
राघव	:	चांगला विचार... कसला करायचा?
बेबी	:	कसलाही. काही सुचलं नाही तर नुसतं श्रीराम जयराम जय जय राम जपावं. त्यानं मनाला शांती मिळते.
राघव	:	तुझ्या मिळते...?
बेबी	:	हो. थोडी मिळाली तरी तेवढं हलकं वाटतं. नाहीतर दुसरं करायचं काय?
राघव	:	करायचं काय... तुझ्या मनाला मिळते शांती...
		[पुटपुटत राहतो. बेबी घासलेली भांडी आणून कट्ट्यावर ठेवते. ती उपडी घालते.]
बेबी	:	तसा बाजूला हो.
राघव	:	(बाजूला होऊन) तुझ्या मनाला मिळते शांती...
बेबी	:	(चहा स्टोव्हवरून उतरत) काय करायचं बाबा. रोज शरीर नव्यानं उभं तर ठेवायला हवं.
राघव	:	उभं तर ठेवायला हवं... कशाला?
बेबी	:	मरवत नाही म्हणून. आत्महत्या हा भ्याडपणा आहे. कितीही खडतर आपत्तीत आशा सोडता कामा नये. प्रयत्न केलेच पाहिजेत. जीवन हे एक समरांगण आहे राघव.
राघव	:	मला तर वाटतं...
बेबी	:	(कपात चहा ओतीत) काय वाटतं?
राघव	:	हे सगळं एक मोठं शहाण्यांचं इस्पितळ आहे. ...शहाण्यांचं मेण्टल...
बेबी	:	हा निराशावाद झाला. (त्याला चहा देते.) लढणाऱ्याला निराशा शिवता कामा नये.

राघव : तू घे ना आधी... दमून आलीस...

बेबी : मी पण घेते आहे. चहा म्हणजे पेट्रोल आहे माझं. त्यावर गाडी चालू राहते बघ. (बसून चहा घेत) उद्यापासून रेशन आणि भाजी तू आणत जा. तेवढंच माझं काम वाचेल.

राघव : उद्या...

बेबी : (चहा घेऊन कपबशी विसळत) काय झालं?

राघव : काय?.... (हरवलेला.) तू-तू म्हणालीस ते खरं आहे बेबे? खरं आहे ते...?

बेबी : (कपबशी पालथी घालून तोंड धुण्यासाठी जात) काय? काय खरं आहे?

राघव : शिवापा... तू...

बेबी : हो.

राघव : (पुन्हा एकवार कोणी भुईवर आदळावे तसा होत) हो... खरं आहे ते...

[अगतिक पुटपुट. हातवारे. बेबी तोंड धुऊन तशीच आंधळी टॉवेलसाठी जाते. तोंड कोरडे करते. आरशाकडे जाते. पावडर-कुंकू करू लागते.]

राघव : बेबे...

बेबी : काय?

राघव : तो... कधी येतो... इथे? [यातना होताहेत.]

बेबी : (कुंकू रेखत) रात्री.

राघव : इथेच... असतो... रात्री?

बेबी : (केस सोडून पुन्हा बांधत) अर्थात्.

राघव : अर्थात्... [यातना होताहेत.]

बेबी : चल, मला भात ठेवू दे. आमटी सकाळची आहे. ब्रेड आहे.

राघव : मला भूक नाही.

बेबी : (त्याच्याकडे एकदा पाहून) बरं. [भात चढवू लागते.] माझं
पण रात्रीचं जेवण अवेळीच होतं. कधी होत पण नाही. तू
बाहेर जाऊन बैस वाटलं तर–
[राघव बाहेरच्या खोलीत येतो. अस्वस्थच. हातवारे.
आतल्या खोलीत बेबी भात चढवून गुणगुणत साडी बदलते.
वेणी घालू लागते. गुणगुणतेच आहे.
बाहेर राघवच्या फेऱ्या चालू. हातवारेही. वेणी घालून बेबी
बाहेरच्या खोलीत येते. राघवकडे एकदा पाहून कॉटवरची
चादर बदलू लागते.]

बेबी : राघव.

राघव : अं? मला... म्हणालीस?

बेबी : तू कुठे झोपणार आहेस?
[तो वेड्यासारखा पाहू लागतो.]
[तक्क्या, उशा कॉटवर मांडत) तुला घरात झोपता येणार
नाही म्हणून म्हणते.
[राघवला संतापाची एक सणक येऊ पाहते. येता-येता विरते.
तो केविलवाणा झालेला.]

राघव : बाहेर... कुठे तरी...

बेबी : (एक चटई, उशी, घोंगडे त्याच्यासाठी बाजूला ठेवत) हे तुझं
अंथरूण. हे यानंतर तुझं तू सांभाळ. आणि आज लौकरच जा
तू. मी त्याच्याशी वेळ साधून बोलेन. मग नजरेला पडलास
तरी हरकत नाही. पण आज अचानक दिसलास तर उगीच
भडकेल तो. तुला घालवेलसुद्धा. त्याचा नेम नाही. उगीच हूं
म्हणता काहीतरी होऊन बसायचं.
[राघव आवंढे गिळतो आहे.]

राघव : आताच जाऊ?

बेबी : आताच असं नव्हे. पण आठनंतर कधीही येईल तो. आता

सात वाजताहेत आणि सकाळी सातपर्यंत येऊ नकोस. तो त्याआत जातो. दार बंद असलं तर तो आहे समज. लोटलेलं असलं म्हणजे तो गेला.

[राघवला हे सर्व अपमानास्पद वाटते आहे; पण तो असहाय्य.]

बेबी : (त्याची अवस्था पाहत) मला हे आवडतं आहे असं समजू नकोस. पण मी तरी काय करू? वाट्याला आलेलं न पत्करून कसं चालेल? हल्ली मी काही वाटून घेत नाही, बघ.

[राघव अंथरूण गोळा करू लागतो.

बेबी एक नक्षीचा टेबलक्लॉथ काढून स्टुलावर टाकते.

राघव बाहेर जातो निघून.

बेबी निळा दिवा लावून आधीचा काढते. पर्समधून सेंटची बाटली काढून सेंट लावून घेते. बाटली पुन्हा पर्समध्ये ठेवते. आतल्या खोलीत जाऊन भात झाल्याचे पाहून स्टोव्ह घालवते. पुन्हा बाहेर येते. दार ओढून घेते. पुस्तक उचलते. दिव्याशी बसून वाचू लागते.

एक स्वप्नाळू पार्श्वसंगीत सुरू होते. बेबी वाचते आहे. पार्श्वसंगीत चालू आहे. बेबीला वेगवेगळे भावनावेग. तिची मुद्रा उजळलेली. त्या त्या भावनांच्या तरल लाटा पार्श्वसंगीतात उठत राहतात, विरत राहतात.

आवाज न करता दार उघडले जाते.

पार्श्वसंगीत मध्येच बंद. दारात शिवापा. पन्नाशीचा वाटणारा. काळा, केसाळ, कानांना केस, आटीव शरीराचा पण राकट. डोक्यावरचे पुढले केस गेले आहेत. जाकीट, शर्ट, सैल धोतर. तोंडात विडी. हातात एक रंगीत अंक.]

शिवापा : (बेबीला पाहून विडीसकट) बाबी, बाबी कम!

[बेबी दचकून पाहते. क्षणभर कोरी. सावरते.]

कम, बाबे कम.
[बेबी वेगाने कुत्रीसारखी चार पायांवर त्याच्यापर्यंत जाऊन त्याच्या पायांत बागडू लागते. त्याचे हात चाटू लागते. हे करताना कुत्रीसारखेच आवाज करते.
शिवापा खूष होऊन तिला थोपटत राहतो.
आता बेबी त्याच्या वहाणा त्याच्या पायांतून काढून ठेवते.
उठून त्याचे जाकीट काढून ठेवू लागते.]
(हातचा रंगीत अंक दाखवीत) हे बघा आम्ही काय आणलंय तुम्हाला आज! यातल्या पोजा. एक तर मारू आहे एकदम. तू एकदम फाकडू दिसणार तिच्यात, बाबे.

बेबी : आम्ही ओळखलं. हीच ना? (दाखवते.]

शिवापा : बराबर! हुश्शार आहे बाबी. (तिचा जोराचा गालगुच्चा घेतो.)

बेबी : (कळवळलेली. सावरून) ऊं. आम्हांला ही आवडली. (एक पान दाखवते.)

शिवापा : ती पण घ्या. कमान बाबी.
[बेबी आज्ञाधारकपणे त्याचे जाकीट काढून खुंटीला लावते.]

शिवापा : कमान, कमान.
[बेबी त्याच्या तोंडातली विडी काढून विझवून फेकते. तो ती एकदम काढली न जावी म्हणून हूल दाखवत असतो. बेबी त्याचा खमीस काढून खुंटीला लावते. आता त्याच्या अंगात बनियन आणि धोतर. गुदगुल्या झाल्यासारखा हसणारा आणि त्यातच खोकणारा शिवापा कॉटवर तक्क्याला लेटतो. बेबी पिकदाणी आणून त्याच्यापुढे धरते. तो घशातला कफ एकदोनदा खाकरून त्यात टाकतो थुंकून.
बेबी पिकदाणी कॉटखाली ठेवते.
पानाचे साहित्य काढते फडताळातून.

		पान तयार करू लागते.]
शिवापा	:	आज किती कमाई झाली बाबीला?
		[बेबी उठून पर्समधून पैसे काढून त्याच्या हाती देते.]
		बास? बारा रुपये? फकस्त?
बेबी	:	(पुन्हा पान तयार करीत) आज डायलॉग नव्हता. सायलेंट काम होतं.
शिवापा	:	(पैसे कनवटीला लावीत) ठीक, ठीक. उद्या जास्त पायजे. डॉक्टरचा रोजी खर्च चाळीसच्या घरात आहे. नुसत्या सुया दोन होतात. बारानं काय कात होणार?
बेबी	:	इकडून पान घ्यावं.
शिवापा	:	(गुदगुल्या होत) फेरसे.
बेबी	:	इकडून पान घ्यावं.
शिवापा	:	भरवा की आम्हाला.
		[बेबी भरवते. शिवापा तिचा हात पकडतो. पकडून धरतो. बेबी खिदळते. हात सोडवू पाहते.]
शिवापा	:	बाबी, बाबी कमान. कमान बाबी. कमान.
		[बेबी भुंकते कुत्रीसारखी. खिदळते. भुंकते. अखेर हात सुटतो. बेबी हातावर फुंकर घालते आहे. डोळा निपटते.]
		यहाँ बैठो. (कॉटवर शेजारची जागा दाखवतो.)
		[बेबी मानेने लडिवाळ 'ऊंहूं' करते.]
		बैठो.
		[बेबीचा तसाच नकार.]
		(ओरडून) बैठो!
		[बेबी गडबडीने बसते. शिवापा खूष.]
		काय पायजे बाबीला?
		[बेबी काही बोलत नाही.]

काय पायजे, काय पायजे?
[बेबी आवंढा गिळत आहे.]
काय पायजे? (तिचा कान पिळू लागतो.) बाबी बोलो. काय पायजे? काय पायजे?

बेबी : (कासावीस होऊ लागते.) चू चू.

शिवापा : फेरसे बोल.

बेबी : चू चू.

शिवापा : फेरसे-फेरसे-

बेबी : चूचू-चूचू-चूचू-

शिवापा : (थोडा खुदखुद हसून बनियन उघडून धरतो वरून.) लेव-

बेबी : (कान गोंजारीत) ऊं.

शिवापा : च्यल्- लेव-

बेबी : ऊं ऊं.

शिवापा : चलो, हात डालो पैले-
[बेबी अनिच्छेने बनियनमध्ये हात घालते. शिवापा गुदगुल्या व्हाव्यात तसा खूष. तिला हात काढू देत नाही. मग रमच्या बाटलीसकट बेबीचा हात बाहेर येतो.]

शिवापा : बच्चा, ये क्या है?

बेबी : दारू हैं.

शिवापा : लडका, इसका क्या करते हैं?

बेबी : ये पिते हैं.

शिवापा : बिट्टू, इससे क्या होता है?

बेबी : इससे नशा आता है.

शिवापा : और क्या होता है?

बेबी : मजा आता है.
[शिवापा जास्त खूष.]

शिवापा : बाबी, गलास पानी.
[बेबी कुत्रीचा अभिनय करीत सर्व आणते. दमत चाललेली.]
ये किसके लिए है?

बेबी : हमारे.

शिवापा : तुम्हारे किसके लिये हैं?

बेबी : [तोंडाकडे निर्देश करून] इसके लिए है।

शिवापा : और?
[बेबी गप्प.]
(तिला थपडा मारीत) और? और?
[बेबी उत्तर देण्याऐवजी भुंकू लागते. शिवापा आणखी खूष.]
(ग्लास भरून) बाबी ड्रिंक.
[बेबी क्षणभर हे न मानता स्तब्ध. मग ती ग्लासाला तोंड लावू पाहते. शिवापा ग्लास लांब घेतो. हे चार-पाचदा चालते. शिवापा सुखात. बेबी अखेर ग्लास झडपते. थोडी प्यायल्यासारखी दाखवते.]
और पिओ.

बेबी : (तोंड वेडेवाकडे. अनिच्छा.) ऊं-भू:-भूक्–
[शिवापा एकदम तिची मानगूट धरून तिला उताणे करतो कॉटवर. तिचे तोंड फनेल असावे तसे ग्लासाने तिला दारू पाजतो जबरीने. ग्लास रिकामे. बेबी ठसका लागून वेडीवाकडी होते. शिवापा खूप टिकल्ड. बेबीचा ठसका जात नाही. शिवापा तेवढा खूष.]

शिवापा : अब पोज लेव. चलो–उठो बाबी.
[बेबी कशीबशी उठून एक पोज घेते.]
(रंगीत अंक काढून पान दाखवीत) अब ये लेव–
[बेबी ती पोज घेते.]

बराबर नहीं. बराबर ऐसी लेव.
[बेबी ती पोज घेते.]
(दुसरे चित्र दाखवून) अब ये लेव.
[बेबी ती पोज घेण्याचा प्रयत्न करते.]
छाती और आगे. और.
[बेबीला त्रास होतो तसे राहताना. शिवापा एन्जॉय करतो आहे.]
अब कवायत करो.
[बेबी अधिकच थकलेली. ती कवायत करते. दम टाकू लागलेली. दारूने तिचे डोके चढू लागलेले.]

शिवापा : अब नाचो.
[बेबी तयार नाही.]
(ओरडून) नाचो, नहीं तो...
[बेबी नाचू लागते.]
गाओ.
[बेबी गात नाचू लागते. तिला सर्व मनस्वी यातनादायक होत आहे.]

बेबी : आता आज पुरे.

शिवापा : नाही, पुरे नाही. च्यलो, गाओ. नाचो.
[धापा घालीत बेबी पुन्हा हे सुरू करते.]
और. और जोरसे. और.
[बेबी अखेर थकून पडते जमिनीवर.]

शिवापा : [टिकल्ड.] और!

बेबी : नको.

शिवापा : और– बाबी और– थोडा और मेरे बच्चे. बस्, थोडा और.
[बेबी कशीबशी उभी राहून थोडी नाचल्यासारखी करते, पुन्हा

लोळते. धाप घालते आहे. धाप ऐकू येते आहे.]

(चुकचुकत) दमली माझी बाबी. आव इधर मेरे लाल. आव लाडले.

[बेबी गुडघ्यावरच त्याच्याकडे जाते.]

(तिचे केस गच्च पकडून) ओ, ओ, मेरा लाडला तो. मेरा कबूतर तो. मेरा मुन्ना तो.

[बेबीने खेचल्या गेलेल्या केसांच्या वेदना सहन करण्यासाठी ओठ दाताखाली गच्च धरलेला. तिचे शरीर आक्रसलेले.]

(तिला सोडून) चले जाव, दो पैसेकी लवंडी–

[बेबी उभे राहण्याचा प्रयत्न करते आहे. जमत नाही. अखेर बसते खाली.]

(तिच्यापाशी जाऊन) दुखलं माझ्या बाबीला?

[बेबी दूर होत नकारार्थी मान हलवते. शिवापा मागे जात राहतो. ती दूर होत राहते. उंदरा-मांजराचा खेळ. शिवापाला गुदगुल्या होत आहेत. अखेर तो थांबतो. तात्पुरता तृप्त बसलेला.] मजा आया.

[बेबी पाहते त्याच्याकडे. मग त्याच्याकडे सरकत येते. त्याच्या मांडीवर डोके टेकून पडून राहते. शिवापाचा आता डार्क मूड.]

बेबी	:	(शिवापाच्या गालावरून बोटे फिरवीत) शिवापा!
शिवापा	:	काय?
बेबी	:	मी तुला आवडते?
शिवापा	:	नाय.
बेबी	:	मग तुला कोण आवडतं?
शिवापा	:	कोणी नाय. सगळे हरामी आहेत.
बेबी	:	मी तुझ्याकरता काय करत नाही?
शिवापा	:	काय पण नाय.

बेबी : मी तुझ्याकरता जीव पाखडते. तू म्हणशील ते करते.

शिवापा : न करशील तर काय करशील? मारून टाकीन. माझं कोण नाय. बायको, पोरं, सगळे पैशाचे धनी. सगेवाले कामाचे लागते.

बेबी : मी? मी तर उलट तुलाच पैसे देते- माझ्या श्रमाचे पैसे-

शिवापा : (तिला दूर ढकलीत) नाय पायजे तुझा पैसा. बास! धमक हाय माझी. आपले आपण.

बेबी : (पुन्हा बळेच त्यांच्या मांडीवर डोके टेकून) शिवापा, तू फार ताकदीचा आहेस.
[शिवापा गप्प. त्याला बरे वाटते.]
तू मर्द आहेस शिवापा, तुला सगळे भितात. मी सुद्धा तुला भिते, शिवापा. तू मनात आणशील ते करशील, शिवापा-

शिवापा : अद्याप जवान हाय मी.

बेबी : हो. तू जवान आहेस.

शिवापा : आता बोल काय पायजे? लौकर बोल, नाय तर मग मिळणार नाय.

बेबी : शिवापा, इथे एक पाहुणा येणाराय.

शिवापा : पाव्हणा?

बेबी : हो. पाहुणाच तसा तो. पण माझ्या नात्यातला.

शिवापा : किती दिवसांकरता?

बेबी : थोडेच दिवस. कदाचित् जरा जास्त राहील.

शिवापा : झोपेल कुठे?

बेबी : बाहेरच. त्याची सोय आहे.

शिवापा : कोण हाय?

बेबी : हो म्हण ना आधी, शिवापा.

शिवापा : छट्.

बेबी	:	शिवापा–
शिवापा	:	पुरुष हाय का बाई?
बेबी	:	पुरुष. पण तसला नाही तो. आजारी असतो.
शिवापा	:	कसला आजार?
बेबी	:	आजार–आजार ना– डोक्याचा. म्हणजे अशक्त सुद्धा फार आहे तो– आणि–आणि– मला– भावासारखा आहे, शिवापा– भाऊच आहे–
शिवापा	:	(तिचे डोके झटकून उभा राहत) राघव! तो येतोय!
बेबी	:	[मानेने नाही म्हणत] हो, शिवापा.
शिवापा	:	सुटला तो मेण्टलमधने?
बेबी	:	कालच.
शिवापा	:	तुला काय माहिती?
		[बेबी चाचरते.]
		बाबे, तो इथं आला होता? इथं होता तो? होय का नाय?
बेबी	:	हो शिवापा.
शिवापा	:	आता कुठं गेलाय?
बेबी	:	शिवापा, मीच त्याला झोपायला बाहेर पाठवला.
शिवापा	:	राघव आला, राघव?
बेबी	:	शिवापा, झालं ते झालं– ते विसरलाय तो. तू पण– क्षमा करायला हवी त्याला. पराक्रमी माणसं क्षमाशील असतात. शिवापा– हो, आणि त्यानं त्याच्या अपराधाची शिक्षा भोगलीय, फार भयंकर. तू आता तरी त्याला क्षमा करायला हवीस, शिवापा. तू पराक्रमी आहेस.
शिवापा	:	(किंचित्काळ एकदम गप्प) बाबी, तू मेरेको फसाना चाहती है?
बेबी	:	नाही, शिवापा. तसं असतं तर बोलले असते कशाला?
		[शिवापा मनाशी गणित मांडतो. ते सोडवतो.]

शिवापा : बाबी त्याला राहू दे.
[बेबी आनंदित.]

बेबी : शिवापा, शिवापा...

शिवापा : और अब चलो, हमारे लिए फिरसे नाच करो– चलो– कवायत करो– पोज लेलो– चलो– कमान–
[बेबीला तो बळेच उठवीत असता काळोख.
उजेड होतो तेव्हा बाहेर सकाळ झालेली. कॉटवर एकटी बेबी मेल्यासारखी झोपली आहे. उपडी.
दार हळूच उघडते. आत उन्हे येतात. पाठोपाठ राघव पिशाच्चासारखा वळकटीसकट येतो आत.
झोपल्या बेबीकडे पाहतो.
क्षणभर अंगाला खूप कंप.
तिच्याजवळ जातो. तिच्या केसांवरून हळुवारपणे हात फिरवू लागतो. झटका बसावा तसा हात मागे घेतो. कोपऱ्यात जाऊन बिछाना ठेवतो उभा करून रागाने.
तिथेच बसून राहतो. रागाची पुटपुट, हातवारे.
ठार झोपलेली बेबी. अस्पष्ट रोमँटिक म्युझिक. काळोख होतो.]

अंक पहिला :

दृश्य तिसरे :

[दुपार.

स्टुडिओचा एक भाग रंगमंचाच्या अर्ध्या भागात. अर्ध्या भागात बेबीची बाहेरची खोली आणि त्याबाहेरचा भाग. स्टुडिओच्या भागावर प्रकाश.

मागे काही 'अडगळ' वजा इक्विपमेन्ट. एखादे मोडीत निघालेले पोस्टर, एखादा महालाच्या सेटपैकी तुकडा. पुढे एक लेव्हल, एखाद्या सेटपैकीच.

कोठेतरी ठोक् ठोक् ऐकू येते आहे.

लेव्हलवर 'फर्स्ट असिस्टंट' कर्वे निवांतपणे सिग्रेट ओढीत बसलेला.

बेबीच्या बाहेरच्या खोलीत राघव फेऱ्या घालतो आहे. हातवारे, पुटपुट. मध्येच तो डोके धरून बसतो. त्यानंतर उठून उभा राहतो. ॲजिटेटेड पुटपुटतो. पुन्हा बसतो किंवा फेऱ्या घालतो. आता स्टुडिओच्या भागात बेबी येते. तोंडाला मेकअप. एक्स्ट्रॉ रोलमधला एखादा पोशाख.

लेव्हलवर दुसरीकडे बसून जवळची कादंबरी उघडते. कर्वे तिच्याकडे पाहतो. पुन्हा सिग्रेट ओढण्यात मग्न. धुराची वर्तुळे वगैरे काढतो. बेबी वाचू लागते. मध्येच जांभई येते अनावर. वाचत राहते.]

कर्वे	: काय वाचतेस ग बेबी?
बेबी	: (त्याच्याकडे पाहून) कादंबरी.
कर्वे	: कुणाची आहे?
बेबी	: सूर्यकांत फातरफेकरांची.
कर्वे	: बरा आहे लेखक. काय नाव कादंबरीचं?

बेबी : वाट पाहता लोचनी.

कर्वे : तुकारामाची लाइन चोरली.

[बेबी एकदा पाहून पुन्हा वाचू लागते. कर्वे सिग्रेट संपवून थोटूक विझवून टाकतो. बेबी डोळे मिटून बसलेली.]

जागरणाची दिसतेस.

[बेबीपर्यंत हे पोहचत नाही.]

ए, बेबी–

[ती दचकून बघते.]

नाही म्हटलं, जागरणाची दिसतेस. डोळे मिटून वाचतेयस म्हणून म्हणतो.

बेबी : नाही... (पुन्हा वाचू लागते.)

[कर्वे तिच्याकडे पाहतो आहे निवांतपणे.]

कर्वे : हा सेट वेळ खाणार. रीटेक्स उपर रीटेक्स चले है. त्या हिरॉइनला चार वाक्यं पाठ होत नाहीत. कशा या बाया हिरॉइन होतात कुणास ठाऊक. अर्थात हिरॉइन होण्याला वेगळीच क्वालिटी लागते, म्हणा.

[बेबीकडे अर्थपूर्णपणे पाहतो. ती वाचनात मग्न किंवा तशी वाटते.]

या सुब्बैयाला सुद्धा टेकिंगचा सेन्स अगदी नाही. मघाचच्या टेकला ट्रॉली वापरली त्यानं. झूमवर फर्स्ट क्लास आला असता. पण यांना कोण अक्कल शिकवणार?

[बेबी वाचनातच गढलेली वाटते किंवा डोळे मिटलेले असावेत.]

हां, हमारा भी दिन आयेगा, म्हणावं. मग दाखवू काय ते.

[बेबीमध्ये त्याचा इंटरेस्ट वाढतो आहे असे दिसते. तो दुसरी सिग्रेट पेटवतो बसल्या बसल्या.] बेबी, व्हाय नॉट. तू सुद्धा हिरॉइन होऊ शकशील पुढे मागे.

[बेबी लक्ष न दिल्यासारखे दाखवते पण तिचा चेहरा चाळवतो.] तुझा फॉर्म बऱ्यापैकी आहे, चेहराही नॉट बॅड. थ्री फोर्थला मात्र जरा सांभाळायला लागेल आणि त्या मूर्ख बाईपेक्षा तुझं पाठांतर नक्कीच बरं असेल आणि ती तरी काय, एक्स्ट्राचीच हिरॉइन झाली.

[बेबीचे लक्ष आता पुस्तकात नीटसे लागू शकत नाही. निवांतपणे सिग्रेट ओढीत कर्वे तिच्याकडे पाहतो आहे.]

त्यात तुला कॅरॅक्टरचं अंडरस्टँडिंग डीप असायला हरकत नाही. वाचतेस की भरपूर. नेहमी तुझ्या हातात पुस्तक. या बायांचा पुस्तकाशी छत्तिसाचा आकडा. यांचा बहुतेक वेळ आरशासमोर आणि उरलेला सगळा बेडमध्ये जातो. सेटवर कॅरॅक्टर समजताना नाकी नऊ येतात त्यांच्या. पंजाबी कल्चर हे. म्हणून तर महाराष्ट्रीयन मुली इंडस्ट्रीत नेहमी टॉपवर राहिल्या.

बेबी : चहा घेऊ या का कर्वे? मला झोप येते आहे.

कर्वे : इतकं जागरण करू नये, बेबी, फॉर्म बिघडतो. बरं चल. तू पाजणार आहेस का चहा? तर येतो. पुढल्या शॉटला तास तरी लागणार अजून.

बेबी : चला.

[दोघे सेटवरून जातात.

बेबीच्या घराच्या बाहेरच्या खोलीत राघव झोपलेला. दारावाटे शिवापा आत येतो. तोंडात विडी. शिवापा राघव झोपल्याचे पाहतो. दार आतून बंद करून घेतो.

झोपल्या राघवला किंचित्काळ न्याहळत राहतो, विडी चावीत. मग विडी विझवून टाकून पलीकडची पांढरी चादर स्वतःच्या डोक्यावरून अंगावर घेऊन गुंडाळून घेतो. तोंड दिसत नाही.

शिवापा आता 'फँटम'सारखा दिसू लागतो आणि राघवला
हलकेच डिवचू लागतो. गुदगुल्या करू लागतो. आणखी गुदगुल्या
करतो. राघव एकदम जागा होऊन घाबरून उठून बसतो झटक्याने.
अंगाला मनस्वी कंप.]

राघव : कोण?...

शिवापा : तेरी मौत.

राघव : (गांगरलेला) आं? कोण?

शिवापा : (राघवच्या बरगडीत बोट खुपसून) सुना नहीं? तेरी मौत.
[राघव पुरता गांगरलेला. थरथरतो आहे.]
सीधा बैठ सुव्वर की अवलाद!
[राघव बसतो.]
पाव उप्पर लेव.
[राघव एक पाय वर घेतो.]
(त्याला फटका मारून) दोनो लेव.
[राघव दोन्ही पाय वर घेतो.]
चार पावपे खडा हो जाव
[राघव प्रथम गोंधळतो. शिवापा त्याला फटके-गुद्दे मारतो.
यातला जोर हळूहळू वाढतो आहे. राघव घोड्यासारखा उभा
राहतो.]
बोल, मैं गधा हूँ.

राघव : (आवंढे गिळतो आहे. थरथरतो आहे.) गधा हूँ.

शिवापा : मैं सुव्वर हूँ.

राघव : (तसाच) सुव्वर हूँ.

शिवापा : दोनों एक साथ कैसा हो सकता तू हरामजादे? (फटके लगावतो.)
बोल, तू कौन है?

राघव : राघव–

शिवापा : (राघवच्या कुशीत ठोसा मारून) गधा है या सुव्वर?
[राघवला हे काय घडते आहे, याचा अर्थच लागत नाही.]
गधा या सुव्वर? बोल–

राघव : गधा– सोडा मला. सोडा–

शिवापा : (दुसरा ठोसा मारतो.) गधा?

राघव : (ठोशाने कळवळत) नाही, नाही– सुव्वर–

शिवापा : (पुन्हा राघवला मारून) सुव्वर?

राघव : (कळवळत) सोडा मला– मला जाऊ दे–

शिवापा : (राघवच्या कानशिलात ठेवीत) एक बात कर, हरामी.

राघव : पण– तुम्ही कोण?

शिवापा : तुझा बाप. स्वर्गातनं आलो तुला भेटायला.
[आणखी लाफा ठेवून देतो. राघवला हे सहन होत नाही आहे. तो भेलकांडतो.]
(त्याला लाथ घालून) सीधा खडा रहो. पाया पड. पड पाया, गधे–
[राघव पाया पडू लागताच शिवापा त्याला ढकलतो. राघव उताणा पडलेला. राघव धडपडत उठू लागतो. शिवापा तो हाताच्या आधाराने उठू लागला की त्याचा हात तंगडीने उडवतो. राघव उठण्याचा प्रयत्न करतो आहे. शिवापा 'ऊठ' 'ऊठ हरामी' म्हणून फर्मावत त्याला पुन्हा पुन्हा पाडतो आहे. राघवची अवस्था कोंडलेल्या जनावरासारखी. तो डेस्परेट. मनस्वी घाबरलेला. आता शिवापा त्याला उठून बसू देतो आणि त्याचा जबडा दोन पंजांच्या 'लॉक' मध्ये धरून राघवला दोन्ही बाजूंना झुलवू लागतो. राघव कण्हतो आहे. विव्हळतो आहे.]
(हे करीत) झुलो मेरे लाल, मेरे लाल, तुम झुलो मेरे लाल, मेरे लाल–

[राघवचा जबडा सोडतो. राघव हडबडलेला. जबडा सरळ करू बघतो आहे. शिवापा 'एक-दो-तीन' करून राघवच्या कपाळावर ठोसा हाणतो. राघव आडवा. निश्चेष्ट.]
(खिदळत) सो गया मेरा मुन्ना– सो गया मेरा लाडला–
[खिदळत राहतो, डोक्यापासून गुंडाळलेल्या पांढऱ्या चादरीत. मग चादर काढून टाकतो. आतल्या खोलीतून पाणी आणतो. बसून विडी शिलगावतो. राघवच्या तोंडावर पाणी मारू लागतो. स्टुडिओच्या भागात बेबी येते. लेव्हलवर बसते. पुस्तक काढते. पण वाचू शकत नाही. कर्वे मागून येतो. पुढे जाऊन टेहळणी करतो.]

कर्वे : छे : अजून अर्धा तास असाच जाणार. लाइट्स् अॅरेंज होतायत. ओरडत असतील माझ्या नावानं. ओरडा म्हणावं. हमाली कामांना असिस्टंट डायरेक्टर लागतो ना त्यांना. सेकंड थर्ड असिस्टंट विड्या फुंकणार, फर्स्ट असिस्टंट सिन्सिअर म्हणून हमाली करणार. आपण नाही करणार हे. करू द्या सेकंड थर्डना. फर्स्ट असिस्टंटला काही डिग्निटी आहे का नाही? फ्युचर डिरेक्टर असतो तो किती झालं तरी. पण मी पडलो मराठी. 'सेकंड', 'थर्ड', डायरेक्टरचे चमचे ना. त्यांना स्पेशल ट्रीटमेंट.
[सिग्रेट काढून तोंडात धरतो. बेबीकडे पाहतो आहे.]
बेबी, तू सांगितलेली त्या कादंबरीची स्टोरी इंटरेस्टिंग मटेरिअल आहे. माझ्या डोळ्यांपुढे तिची फिल्म तयार होऊ लागली. इट कॅन बी जस्ट फँटॅस्टिक! म्हणजे फिल्म ओपन होते. पॅन शॉट बॉम्बे. की तिथून वुई पॅन टु फोर्ट–
[कर्वे या प्रकारे सांगतो आहे हातवाऱ्यांनी. बेबी त्याला पाहते आहे, गाल दंडावर टेकून.

हे आवाज 'ऑफ' होतात. कर्वेंचे फक्त हातवारे आणि तोंडाच्या
हालचाली.

बेबीच्या घराच्या बाहेरच्या खोलीत राघव शुद्धीत येऊन उठून
बसतो. त्याला समोर कोणी दिसत नाही. राघव उठू लागतो.
मागे बसलेला शिवापा त्याच्या गुडघ्यामागे पंजा मारून त्याला
'ट्रिप' करतो. राघव शिवापाच्या मांडीवर कोसळतो. शिवापा
राघवला गुदगुल्या करीत भुतासारखा खेकाळतो, 'ऊठ' 'ऊठ'
फर्मावीत. राघवने शिवापाला पाहिले आहे. तो मनस्वी भयभीत.
कळवळतो आहे गुदगुल्यांनी. उठण्याचे प्रयत्न करतो आहे.
कण्हत आहे. 'नको-नको', 'शिवापा, सोड मला' म्हणतो
आहे. शिवापा त्याला मधूनच फटके हाणतो आहे. 'ऊठ'
म्हणतो आहे. राघव बाजूला होतो.]

राघव : (थरथरत) शिवापा, सोड मला शिवापा. मी पाया पडतो तुझ्या.
मला सोड–

शिवापा : ओळखलंस होय मला माझ्या छकुल्या? विसरला नाहीस तर
बापाला.

राघव : (थरथरत) शिवापा... माफ कर... जाऊ दे मला... सहन होत
नाही रे. जाऊ दे मला...
[दाराकडे जाऊ लागतो.]

शिवापा : (त्याचे मानगूट पकडून) चालला कुठे? खडे रहो माझ्या
बाळा! इकत्या दिसांनी भेटलास ना मला माझ्या बछड्या!
तुझी भारी सय येत होती हो मला लेकरा. तुला भेटण्यासाठी
माझे हात कसे शिव शिव शिव-शिवशिवत होते नुसते–
[राघववर ठोसा उगारतो. राघव थरथरतो आहे.]
माझा वाघ तो! माझा मर्द तो! त्या वक्ताला सैतान संचारला
होता नाय माझ्या चिमण्याच्या अंगात? काय वरडत होता,

काय गुरकावत होता. चाकू दावत होता, चाकू. मुडदे पाडण्याच्या धमक्या देत होता माझा पाडा तो! काय पावर संचरली होती माझ्या भिम्याच्या अंगात! जीव ओवाळून टाकावा निसता! बघू बाळा, बघू ती तुझी पावर– बघू कुठल्या हातात चाकू धरला होता माझ्या भिम्यानं– बघू बरं कोणच्या तोंडानं डरकाळ्या मारत होतं माझं पाखरू–

राघव : (थरथरत, डोळे फिरवीत) नको शिवापा– अरे, सोड मला शिवापा– पाया पडतो– पाया पडतो बघ तुझ्या मी–

[शिवापाने चाकू काढलेला. राघवपुढे धरलेला.]

शिवापा : धर हा हातात. माझा वाघ तो. बछड्या, धर आणि दाखव त्या वक्ताला कसा संचार झाला होता तुझ्या अंगात. दाखव– चल ए गांडू–

[राघव पांढराफटक. विस्फारली नजर चाकूवर खिळलेली. ओठावाटे लाळ गळत आहे. शरीर थरथरते आहे.

शिवापा बळेच त्याच्या हाती चाकू देतो. राघवला ती जुनी मारामारी 'एनॅक्ट' करण्याला लावू लागतो बळेबळे. मधून मधून फटके, ठोसे मारतो. यापुढचा भाग 'माइम'सारखा सुरू राहतो. राघव आणखी आणखी 'ऑफ' होतो आहे. शिवापा त्याला ती जुनी मारामारी एनॅक्ट करण्याला लावतो आहे जबरीने.]

[स्टुडिओच्या सेटवर]

कर्वे : (आता हा बेबीशेजारी.) आणखी तो वरळी सी-फेसवरचा लव्ह सीन आहे ना, तो तिथे नो गुड्. साला, या मराठी लेखकांना वरळी सी-फेस आणि जुहूपलीकडे लव्ह स्पॉटच माहीत नसतो. नो नो, वुई शिफ्ट धिस सीन टु कुलू– नाहीतर– उटी. मार्व्हलस पॉसिबिलिटीज. विशेषत: कलरला मॅग्निफिसंट, आय टेल यू!

[बेबी कर्वेकडे नुसतीच एकटक पाहते आहे.]
बेबी, काय पटतं, उटी की कुलू?

बेबी : काहीही.

कर्वे : तसं नव्हे. एक काय ते सांग. वुइ कॅन गो टू एनी ऑफ द टू. एक्स्पेन्स तोच. फार तर दहा-पाच हजारांचा फरक. बास. कमॉन, सांग.

बेबी : कुलू.

कर्वे : ओ. के. [एकदम] बेबी दॅट गिव्हज मी द आयडिया!
[तिच्याकडे किलकिल्या डोळ्यांनी पाहतो आहे एकटक.]

बेबी : (गोंधळून) काय? काय झालं?

कर्वे : व्हाय नॉट यू?
[बेबी आणखीच गोंधळते.]
तूच का हिरॉइनचं कॅरॅक्टर करायचं नाहीस? स्टार सिस्टिमनं डोईजड झाल्यात या मोठ्या स्टार्स! नवे चेहरे– त्यांना चान्स दिला पाहिजे. बजेट दणदिशी आठ-दहा लाखांनी कमी, आहे माहीत? तेवढं प्रॉफिटमध्ये मार्जिन जास्त. पुन्हा फेस्टिव्हल्समध्ये अॅवॉर्ड्स्! आपण तुलाच चान्स देणार. बट् प्रिझर्व द फॉर्म, बेबी. जागरणं कमी कर. मिनिमम सेक्स लाइफ. आपण तुला ब्रेक देऊ. यू विल बीट ऑन द टॉप ऑफ द वर्ल्ड, याह! (खिसे चाचपून) च्यायला सिगरेटी संपल्या. बेबी, एखादा रुपया आहे स्पेअर? लेट मी बाय सिगरेट्स्. सिगरेट्स्शिवाय इन्स्पिरेशन येत नाही.
[बेबी मंत्रमुग्धपणे पर्समधून रुपया काढून देते.]
थँक्स बेबी. हा आलोच.
[कर्वे गडबडीने जातो. बेबी एकटीच बसून राहते.
स्वप्नाळू पार्श्वसंगीत सुरू होते.

बेबीच्या घराच्या बाहेरच्या खोलीत राघव फिट येऊन पाय झाडीत पडला आहे. शिवापा विडी फुंकीत त्याला वहाण, कांदा हुंगवतो आहे.

सेटच्या भागात एकटी बेबी.]

बेबी : (रेकॉर्डेड आवाज) तूच का हिरॉइनचं कॅरॅक्टर करायचं नाहीस... आपण तुलाच चान्स देणार... टॉप ऑफ द वर्ल्ड... पृथ्वीच्या शिखरावर... छे, शक्य नाही वाटत. पण अशक्य तरी का असावं? ती 'ही' नाही एक्स्ट्रॉचीच हिरॉइन बनली? अजूनसुद्धा उदाहरणं आहेत. फातरफेकरांच्या कादंबरीत नेहमी असं होतं. प्रत्येकाचा दिवस येतोच की. नशीब काय नेहमी एकाच प्रकारचं राहतं? मी सुद्धा... हिरॉइन.. कल्पनेनंसुद्धा घेरी यायला बघते. काय मज्जा होईल. किती वेगळं असेल सगळं... नवं असेल.. मस्त असेल... खूप मस्त. नकोच ती कल्पना. कर्वे, पुन्हा असं ऐकवू नका मला. सवय नाही ना! तुम्ही नुसतेच सिग्रेटला पैसे मागितलेत तरी देईन मी. तुम्ही भले आहात, कर्वे...

[बेबीच्या घराच्या बाहेरच्या खोलीत राघव शुद्धीवर येऊ लागलेला. शिवापा तोंडातले थोटूक विझवून फेकून त्याला भिंतीला टेकून बसवतो. नवी विडी शिलगावतो. निघून जातो. जाताना दार लोटून घेतो.

स्टुडिओच्या सेटवर कर्वे येतो सिग्रेट ओढीत.]

कर्वे : एकदम पक्का. यू नो बेबी, मला अजून एक कल्पना सुचली. सिग्रेट ओढू लागलो की मला कल्पनाच कल्पना सुचतात. आपण फातरफेकरच्या या नॉव्हेलचे राइट्सच घेऊन टाकू.

बेबी : (हरखत) म्हणजे आपण... भेटायचं त्यांना? नको कर्वे, तुम्ही जा. मी नाही येत–

कर्वे : का बुवा?

बेबी : नाही, देव कल्पनेतच असलेला बरा, कर्वे. तो माणूस एकेक कसं लिहितो. तो म्हणजे चमत्कार आहे बघा. एकेक वाक्य असं लिहितो की जीवनाचं सार त्यात येतं. जीवनाचा अर्थ मला त्याच्यामुळे कळतो, कर्वे.

कर्वे : तू भलतीच प्रेमात दिसतेस त्याच्या. वाचलं पाहिजे आं त्याचं काहीतरी. पण तू म्हणतेस या कादंबरीचे राइट्स घेतले आपण. शनिवारी पैसे एक्स्पेक्टेड आहेत. रेसेस आहेत ना. मिळाले की तडक फातरफेकरला ॲडव्हान्स. विइ मेक धिस फिल्म, बेबी! [एक हात प्रतिज्ञा घ्यावी तसा धरलेला.] कम व्हॉट मे, हा कर्वे डिरेक्टर होणार. च्यायला फार शागिर्दी केली. पस्तिशी आली बेबी! अजून लग्नकार्य नाही, घर नाही. नथिंग. बोर्डिंग हाऊसमध्ये पडलोय पॅसेजमध्ये कॉट टाकून. हे काय लाइफ आहे?

बेबी : अजून लग्न नाही तुमचं, कर्वे?

कर्वे : हो ना. तुझं...?

बेबी : (खालमानेने पुस्तकाशी चाळा करीत) नाही म्हटलं तरी चालेल.

कर्वे : आलं लक्षात. म्हणजे संबंध आहेत, पण लग्न नाही.
[बेबी शरमिंदी, पुस्तक कुरतडते आहे.]
हल्ली सभ्य घराण्यातल्या पोरीसुद्धा अशा जगतात, बेबी. त्यात काही मानू नकोस. इट्स बिकमिंग अ फॅशन नाऊ.

बेबी : (अवघडून) कर्वे, आपल्याच हातात– सर्व काही नसतं– नव्हे का–

कर्वे : राइट यू आर. अग, इच्छेनं कोण असं लाइफ मागून घेईल? म्हणजे तुझ्यासारखींच म्हणतो मी. [तिच्या खांद्यावर हात ठेवून घेतो.] मोठ्या घरच्या पोरींचं ठीक आहे. आय फील फॉर यू बेबी. तू एकंदरीनं चांगली आहेस.

[तिच्या उपड्या पंजावर एक-दोनदा पंजाने थोपटतो.]
गुड गर्ल बेबी.

बेबी   : (गोंधळत) टेक सुरू होतोय वाटतं.

कर्वे   : (उठत) होईल एवढ्यात. सेटवर जायला हवं च्यायला. पण
         बेबी, मला एकदा तुझ्या घरी यायचंय. [नजर तिच्यावर.]

बेबी   : (नजर चुकवण्याचे प्रयत्न करीत) माझ्या... घर कसलं ते...

कर्वे   : व्हॉटेव्हर इट इज. कधी येऊ बेबी? आज रात्री येऊ?

बेबी   : (अधिकच गोंधळलेली.) आज... पण... (आवंढे गिळून) मी
         सांगेन मग तुम्हांला कर्वे.

कर्वे   : ओ. के. ओ. के. दुसरं कुणी येणार असेल तर मी आज येत
         नाही. पण मी येणार आहे बेबी. ते आपल्या फिल्मचं जरा
         निवांतपणे डिस्कस करू.

         [कर्वे जातो बेबीकडे एकदा अर्थपूर्णपणे पाहून. बेबी सुन्न.
         ओठ ट्विच् होताहेत. लेव्हलवर बसते. एका अट्टाहासाने
         पुस्तक उघडते. पुन्हा मिटते. बेचैन झाली आहे.
         बेबीच्या घराच्या बाहेरच्या खोलीत राघव भिंतीला टेकून बसला
         आहे. हातवारे, पुटपुट. तडफड.
         स्टुडिओच्या सेटच्या भागात]

बेबी   : का, फातरफेकर, हे सगळं असं का?

         [काळोख होतो.
         उजेड होतो. स्टुडिओचा भाग दिसत नाही.
         बेबी तिच्या घरात पाय ओढत शिरते. पर्स, पुस्तक, ब्रेड
         टाकून आत जाते. वाटेत राघवकडे पाहते, पण थांबत नाही.
         आत जाऊन तोंडावर पाणी मारून घेते. कट्ट्याकडे नजर
         टाकते. रेशनच्या रिकाम्या पिशव्या, कार्ड.
         बेबी चहा ठेवते. आरशासमोर उभी राहून केस सोडते. पुन्हा

नीट बांधते. पावडर लावते. कुंकू नीट करते. बाहेरच्या खोलीत
येते.

राघवकडे पाहते.]

बेबी : तू सुद्धा इथं येऊन छळवादी बनलास. रेशन आणायला सांगितलं
होतं तुला. आणलं नाहीस. दुपारभर झोपला असशील. आता
स्वयंपाक कशाचा करू, माझ्या कर्माचा? काय शिजवून घालू
तुला? आणि मी काय खाऊ? नशीब माझं!

[राघव तसाच.]

काय रे? काय झालंय तुला? (बसून) राघव, तुला बरं नाही?
असं काय करतोस? काय झालं तुला? राघव–

[बेबी राघवला विचारते आहे. राघव नुसतेच हातवारे करतो
आहे. बेबी त्याची ओठाबाहेर गळणारी लाळ पुसते. आता
बेबीला विडीचे थोटुक दिसते. बेबी ते उचलून पाहते. एकदम
नि:स्तब्ध होते, ताठरते. राघवकडे डोळे फाडून बघते आहे.]

बेबी : (पुटपुटत) राघव... शिवापा आला होता...!

[क्रमश: काळोख.]

अंक पहिला समाप्त.

अंक दुसरा :

[रात्री आठचा सुमार.
बेबी वेणी घालण्याच्या आरशाशी मेकअप करते आहे. गुणगुणते
आहे. राघव पलीकडे कुठे तरी हातवारे करीत, पुटपुटत बसलेला,
त्याचा तोच.]

राघव : बेबे, तू गातेयस.

बेबी : (गुणगुणणे थांबवून) हो, राघव.
[पुन्हा गुणगुणत राहते.]
एखादे दिवशी, न गायलेल्याला सुद्धा गावंसं वाटतं, नाचावंसं
वाटतं.
[पुन्हा मेकअप करू लागते. थांबून]
काय म्हणून गप्प राहायचं मग? गावं, नाचावं. नसेना आवाज.
इतरांकरता नसतंच मुळी ते. तो आपला आपल्यापुरता आनंद
असतो. मोर चांगला नाचतो, पण लांडोरीलाही नाचावंसं वाटतंच
की.

राघव : आनंद?

बेबी : हो आनंद.
[गुणगुणत आत जाते. साडी बदलू लागते.]

राघव : आनंद... (हातवारे करीत राहतो.)

बेबी : (जरा मोठ्यांदा गाण्याचे चरण म्हणून जमत नाही असे पाहून
थांबते.) काय म्हणून आयुष्यभर ओझ्याखाली कण्हत कुंथत
कायम जगायचं? गुलामांना देखील कधी तरी स्वतंत्र व्हावंसं
वाटतं. मी आज स्वतंत्र झालेय.

राघव : तो अजून जिता आहे बेबे... स्वतंत्र व्हावंसं वाटतं म्हणे!

बेबी : (आतल्या खोलीतून गुणगुणणे थांबवून) राघव, शिवापा मेला,

आठवड्यापूर्वीच. पत्ता आहे त्याचा आठवड्याभरात? आला विचारायला मी जगले का मेले ते? तो असेल बसलेला तिकडे त्याच्या बायकोच्या उशाशी. मरतेय ना ती इस्पितळात? आयुष्यभर छळलं, आता उशाशी बसून घटका मोजत असेल. पैसे मागायला माणूस धाडला. त्याला नव्हता वेळ यायला.
(बाहेर येते.)
राघव, त्याच्या बायकोबद्दल असं नको होतं बोलायला मी, नाही रे? तिचा काय दोष? आपलंच नशीब आपलं वैरी असतं. कुणाला दोष का द्या? पण आता मी ठरवलं, राघव. माझं आयुष्य मी बदलणार. आपलं दोघांचं आयुष्य मी बदलणार.
(बिछाना तयार करू लागते.)

राघव : बेबे...

बेबी : आठवड्यामागं जे काही झालं ते गंगेला मिळालं राघव. आता ते नाही घडणार.

राघव : पण शिवापा... राक्षस आहे तो...

बेबी : (आवंढा गिळून] असेना का. राघव, मनात आणलं तर माणूससुद्धा राक्षसाला हरवू शकतो. आपल्याकडे आत्म्याचं बळं हवं. माझा आत्मा स्वच्छ आहे. शिवापाचं अंग त्याला नाही शिवलेलं राघव.

राघव : उभी फाडील तुला आणि मला शिवापा, कळलं तर...

बेबी : मला फाडू दे. माझं आयुष्य चांगलं करताना मेले तर स्वर्गाला जाईन. त्यात काय भ्यायचं? (पण जरा भ्यालेली आहेच.) म्हणतात ना, मेल्या कोंबडीला आगीचं काय भय? काय सुखाचं जगत होतो आपण तर मरताना वाईट वाटेल? सांग की.

राघव : निभणार नाही तुला बेबे. आयत्या वेळी कचरशील. मी हा असा... मरतमढा... मेलेलाच. त्याला काळीज नाही... एकटी पडशील...

बेबी   : राघव, मी एकटी नाही.

राघव   : एकटी नाही?

बेबी   : या जगात कोणी एकटं नसतं. फक्त आपल्याला आपलं दुसरं शोधता आलं पाहिजे– असं फातरफेकर एका ठिकाणी म्हणतात. ते म्हणतात, प्रेमाच्या दिव्य दृष्टीनं शोध घ्या.

राघव   : बेबे, एकदा केलंस ते केलंस. आता ते असं संपवण्याचा प्रयत्न करू नको, जिवाशी भिडेल.

बेबी   : भिडेल तेव्हा बघेन. मला आता मागं फिरवू नकोस राघव. मी मनानं दोर केव्हांच कापले आहेत. आता पुढेच जायचं. मागची वाट संपली आहे, शिवापाला मी बऱ्या बोलानं सांगेन. मी त्याला उणा अधिक शब्दसुद्धा बोलणार नाही, राघव. मी त्याची तनसडीसुद्धा घेतलेली नाही. उलट मीच त्याच्या बायकोच्या आजारीपणाचा खर्च आजपर्यंत बिनतक्रार करीत आले. वाटलं तर अजून करेन. पण आता मी माझ्या मनानं जगणार. मी त्याला साफ सांगेन, राघव. न रागावता, शांतपणे सांगेन.

राघव   : (हातवारे, पुटपुट, अंगाला कंप.) मरण येणार...

बेबी   : आणि नाही तरी आता काय त्याचं? आज तर तो येणारच नाही. बायको मरेपर्यंत आता तो इकडे फिरकणार नाही.

राघव   : मग हा तुझा... थाट...?

बेबी   : (उजळून) कर्वे येणार आहेत.

राघव   : कर्वे...?

बेबी   : खरंच, तुला माहीतच नाहीत नाही का ते. स्टुडियोत असिस्टंट डायरेक्टर असतात. फार सज्जन आहेत आणि इंटेलिजण्ट पण. माझ्याशी खूप चांगले वागतात ते.

राघव   : इकडे कशाला?

बेबी   : (एकदम ठाशीवपणे) राघव, तो माझा प्रश्न आहे.

[राघव गप्प. मग पुटपुट, हातवारे.]

मीच त्यांना घरी बोलावलं आहे. ते आले की तू रोजच्यासारखा झोपायला बाहेर जा. आणि थांब.

[आतल्या खोलीत जाते. पलीकडे ठेवलेल्या पुड्या सोडून एका थाळीत थोडे थोडे सर्व काढते.

बाहेरच्या खोलीत राघव अपसेट.

बाहेरच्या खोलीत येऊन बेबी राघवच्या पुढे थाळी करते.]

खाऊन घे आताच.

राघव : (फणकाऱ्याने) नकोय मला, मेलीय भूक माझी. आतड्यांना गाठी बसल्यायत, गाठी–

[वळकटी उचलून जातो झटक्याने.

बेबीवर याचा परिणाम नाही. थाळी आत नेऊन ठेवते. बिछाना तयार करते. दार ओढून घेते. 'पाहू रे किती वाट' गुणगुणते. मग कादंबरी काढते. तिच्यात लक्ष नाही. वाट पाहते आहे.]

बेबी : (केवळ रेकॉर्डेड साउंड) फातरफेकर, येतील ना हो ते? का येणार नाहीत? म्हणालेत नक्की येतो म्हणून. केव्हापास्नं मागे लागले होते, घरी येतो, घरी येतो. येतीलच. आजची रात्र माझी असणार, फातरफेकर. आज मी स्वतंत्र आहे. आज मी माझी मालकीण आहे. आज मी खूप छान जगणार, फातरफेकर, तुमच्या कादंबऱ्यांतून तुमच्या हिरॉइन्स हीरोंच्या संगतीत जगतात तशी. धुंद. मनसोक्त. आज मी सर्वस्वानं फुलून आलेय. आज मी माझं सर्वस्व माझ्या देवाला दान करीन.

[गुणगुणू लागते. थोडी नाचू लागते– फिल्ममध्ये अशा वेळी नाचतात तशी. अंधारते.

घड्याळाची टिकटिक. पार्श्वभागी प्रचंड छायाकृतीमध्ये, मरणोन्मुख बायकोच्या कॉटशी, गुडघ्यांभोवती हातांचे वेटोळे करून डोके

धरून वाकून खुर्चीत बसलेला शिवापा आता दिसू लागतो. कॉटभोवती ऑक्सिजन, सलाइन वगैरेचे जाळे. घड्याळाची जड टिकटिक. शिवापाची हालचाल नाही.
हे अंधारून पुन्हा बेबीवर प्रकाश. उत्सुक, हुरहुरती. बेचैन. तबला-पेटीवरच्या सस्त्या गाण्याबजावण्याचे आवाज लांबवरून अस्पष्ट येत आहेत.
बाहेर कर्वे बिचकतच येऊन पोचतो. घर एकदा पाहून घेतो. इकडे-तिकडे पाहतो. कपडे नीटनेटके करतो. दार वाजवतो. आत बेबी एकदम दचकते. श्वास रोधून उभी.
बाहेर कर्वे पुन्हा कडी वाजवतो.
बेबी ओढल्यासारखी दाराशी येते. पुन्हा थबकते, कुणी खेचावे तशी. आणि जाऊन दार उघडते.]

बेबी : (आनंदित) कोण कर्वे? या ना, या. वाटच पाहत होते.
[कर्वे आत येतो. मागे दार लावून घेतो.
बेबी स्वत:ला आवरते आहे.]
सापडलं ना व्यवस्थित, घर? मला तीच काळजी वाटत होती बघा.

कर्वे : (घर एकदा पाहतो उभ्या जागेवरून. मग दाराकडून जरा आत येत) घरात कोण आहे?

बेबी : कोणी नाही. मीच. म्हणजे आपण. (स्वत:चाच विश्वास बसत नसल्यासारखी)
खरंच!
[स्वत:ला आवरते आहे. कर्वे तिच्याकडे पाहतो आहे.]
मला खूप आनंद झालाय बघा. वाटतंय की– (स्वत:ला आवरत) रांगावं, बागडावं, तुमचे हात–

कर्वे : काय?

बेबी : ('चाटावेत' हे सेन्सेशन रोधीत) काही नाही– खूप हसावं– अगदी डोळ्यांत पाणी येईपर्यंत!

कर्वे : (सावधपणे) कुणी येण्याचा संभव?

बेबी : माहीत होतं याल म्हणून; पण तरी शंका वाटत होती उगीच! आपलं मन म्हणजे विचित्रच असतं बघा.
[त्याच्याकडे जाऊन घुटमळत उभी राहते.]

कर्वे : काय झालं?

बेबी : काही नाही. मला वाटलं, बुशशर्ट काढताय. काढा की. घरच्यासारखे राहा. [स्वत:ला आवरते आहे.] नाही, मग काढा हवं तर.

कर्वे : इथे कुणी यानंतर येण्याची शक्यता?

बेबी : (स्वत:च्या तंद्रीत) अं? बसा ना कॉटेवर.
[कर्वे संथपणे कॉटवर जाऊन बसतो. सावध.]
पाय चाटू? नाही– पाय चेपू? दुखत असतील–

कर्वे : नाहीत. असलं काही करू नको बुवा. तू पण बैस की अशी.
[शेजारची जरा जवळचीच जागा दाखवतो.]

बेबी : (बसत, षोडशेच्या बुजऱ्या उत्साहाने) हो. पान सिग्रेट?

कर्वे : अग, काय समजलीस काय मला? बेबी, अजून डायरेक्टर झालो नाही मी.

बेबी : (जरा खट्टू होऊन) त्या अर्थानं नाही म्हणाले. तुम्ही आलात यानेच आनंद झालाय मला. किती दिवसांत कुणी आलं नव्हतं असं.

कर्वे : असं?

बेबी : हूं. तुमच्यासारखं. कसं नवं नवं वाटतंय. छान वाटतंय. काय करू मी तुमच्यासाठी? घर समजा.

कर्वे : हळू हळू समजेन. एकदम कसं समजता येईल? (पाय ताणून बसून) हूं... हे तुझं घर एकूण.

बेबी : तुमच्या मानाने भिकार आहे.

कर्वे : (तिला एक हलका स्पर्श करीत) असं बोलू नकोस, बेबी. आपलं घर आपल्याला प्यारं असतं. छान आहे तुझं घर. म्हणजे घर आहे. नाहीतर त्या स्टार्सची घरं. व्हर्चुअल म्युझिअम्स! सालं कुठं हात ठेवायचा प्रश्न पडतो. सिग्रेट–

[बेबी खूष होऊन सिग्रेट देते, आधीच तिनं आणून ठेवलेल्या पाकिटातली. स्वत: काडी पेटवून ती शिलगावते. त्याला जमत नाही. तो स्वत: हाताने ते करतो. बेबी हिरमुसली.]

(झुरका मारून) तर तू इथे राहतेस. पुष्कळ दिवस मला प्रश्न होता.

[बेबी बसून त्याचे बूट काढू लागते.]

नो-नो-लेट मी डू दॅट–

[तो ते स्वत:च घाईने काढून ठेवतो. बेबीला हे आवडत नाही.]

झालं– त्यात काय एवढं. (बेबीचा चेहरा पाहून) सवय आहे ना रोजची. खोलीवर कोण मिळणार आणि वळण आहे जुनं, लहानपणापासूनचं. चुकलं की चुकल्या चुकल्यासारखंच वाटतं. आपलं आपण सर्व केलं म्हणजे कसं बरं असतं.

[बेबी मुकी. हिरमुसली. जरा घुसमटलेली.]

(सिगरेटचे झुरके घेत) घरात कोण असतं तुझ्या? काय ग?

बेबी : मी. राघव.

कर्वे : (चाळवत) राघव? हा कोण?

बेबी : भाऊ माझा.

कर्वे : असं होय. सख्खा भाऊ? की आपला मानलेला?

बेबी : सख्खा.

कर्वे : (बसत) आश्चर्य आहे. म्हणजे सम हाऊ ऑर अदर तुला सख्खा भाऊ आहे असं मानलं नसतं मी. कुठे आहे तो?

बेबी	: आहे. बाहेर रस्त्यावर झोपतो तो. गेला असेल जवळपास.
कर्वे	: आय. सी. (नजरेत संशय.) आणखी?
बेबी	: कोण नाही.
कर्वे	: बाप– आई–
बेबी	: (मान हलवून) नसतात.
कर्वे	: कुणी... मालक-चालक– (बेबीकडे पाहून) नाही, असला तर वाईट काहीच नाही. आखिर धिस इज लाइफ! लाइफ इज हार्ड, बेबी, आय टेल यू. (आता उठून तिच्याकडे जात) आज तू एकदम वेगळीच दिसते आहेस. (तिला न्याहाळतो आहे.)
बेबी	: (हरखत, स्वत:ला आवरत) वेगळी म्हणजे कशी?
कर्वे	: घरेलू, फ्रेश. अशा वेळी वाटतं की, माणसाला घर, संसार असावा. एक बायको, [तिच्या तोंडावर सिग्रेटचा धूर सोडतो.] पोरं... पण सालं परवडणार नाही ना. फिल्म लाइन ही अशी. पण तू छान आहेस बेबी. कुणी येणार नसलं तर ते दार बंद करून घे की.
बेबी	: (जाऊन दार बंद करून घेत) कुणी नाही येणार. (दाराला पाठ टेकून) आजची रात्र आपली आहे कर्वे. (त्याच्याकडे येऊन त्याच्या पायाशी बसून पायावर ओठ घासत आवेगाने) आज मी स्वतंत्र आहे. स्वतंत्र आहे कर्वे. मला काही सांगा ना. काय करू मी? काय करू? अं? कर्वे मी तुमची कसली सेवा करू? तुमची मी दासी आहे कर्वे– कर्वे, मला मारा ना– मला– मला काहीही करायला लावा ना–
कर्वे	: (गोंधळलेला. एकीकडे तिचे केस कुरवाळीत] बेबी, माय स्वीट बेबी. माय लिट्ल बेबी.
बेबी	: (दूर होत) चहा करू? की पान?
कर्वे	: घाई कसली आहे? मी तर रात्र इथेच काढायची म्हणून आलो.

कुणी येणार नाही ना? मग झालं तर. वुई हॅव ॲम्पल टाईम. सगळं कसं धीरे धीरे झालं म्हणजे छान असतं बेबी. तब्येतीनं. एका क्रमानं. घिसाडघाई मला आवडत नाही. व्हाय डोण्ट वुई चॅट फॉर अ व्हाइल, बेबी? अं?

बेबी : आम्ही एक जम्मत आणून ठेवली आहे.

कर्वे : अच्छा! काय बरं?

बेबी : ओळखा बरं.

कर्वे : काय असेल–

बेबी : नाही ओळखता येत? चू-चू.

कर्वे : चू-चू?

बेबी : हूं. चू-चू.

कर्वे : (गुदगुल्या झाल्यासारखा) म्हणजे काय बाबा?

बेबी : चू-चू. (हिस्टेरिक होऊ लागते.) चू-चू. चू-चू. नाही ओळखता येत? नाहीच ओळखता येत– (हसत आत जाऊन बाटली, ग्लास घेऊन धावत येते.)

कर्वे : माय गॉड! दारू! (बाटली हाती घेऊन पाहून) ओ, बेबी, बेबी, नॉट बॅड! मीच आणणार होतो, पण गडबडीत राहून गेलं बघ.

[बेबी आतून खाण्याच्या पुड्या बशात ओतून त्या घेऊन येते.]

नॉट बॅड, नॉट बॅड. सोडा? सोडा आहे?

बेबी : अं? नाही.

कर्वे : कुणाला आणायला पाठव की. (मग उमजून) ऑल राईट. पाणी चालेल. बर्फ?

बेबी : (पुन्हा हिरमुसली होत) बर्फाशिवाय...

कर्वे : नॉनसेन्स! दारू आहे आणि बर्फसुद्धा नाही? ऑल राईट. पण तरी चालेल. समथिंग इज ऑलवेज बेटर दॅन अजिबात नथिंग.

एवढं तर जमलं आपल्यापाशी. घर. तू. मी. सुरई एक सुरेची. जवान रात्र. बस्स. बैस तू अशी, बेबी. हे घर नाही. (कॅमेऱ्यातून पाहावे तसा किलकिल्या डोळ्यांनी सर्वभर पाहत) हा तर राजमहाल आहे, राजमहाल. तू बेगम. आणि ही शराब... एखादी ठुमरी बिलासखानी...

बेबी : (उजळत) कित्ती छान, कर्वे...

कर्वे : थांब मी ग्लास भरतो.

बेबी : (कर्वेच्या हालचाली अनिमिषपणे पाहते आहे. रेकॉर्डेड शब्द) कित्ती छान बोलता आहात तुम्ही कर्वे. कित्ती छान आहात. आज मी माझं सर्वस्व तुमच्या पायी वाहणार आहे. तुम्ही माझे देव आहात कर्वे. तुमच्यामुळे मी स्वतंत्र झाले आहे. फातरफेकर, शेवटी तो दिवस आला आहे. तुमच्या कादंबरीतली धुंदफुंद रात्र. फातरफेकर, मला सहन होत नाही हो हा आनंद... वाटतं, येऊन तुमच्या पायावर लोळणच घ्यावी...

[कर्वे बेबीच्या हाती ग्लास देतो. एकदम यावरचा प्रकाश कमी. स्तब्धता. घड्याळाची टिकटिक. मागे छायाकृतीमध्ये मरत्या बायकोच्या कॉटशी नि:स्तब्ध बसलेला प्रचंड शिवापा. वर घेतलेल्या गुडघ्यांभोवती हात. घड्याळाची टिकटिक.

कर्वे बेबीच्या खांद्यावर हात टाकतो. बेबी त्याच्या ग्लासातली पिऊ लागते. बेबीचे खळखळते हसणे. घट्दिशी मोठा घोट घेते. ठसका.]

कर्वे : नो, बेबी, नो, एकदम इतकी?

बेबी : (आलेला ठसका आवरते.) सवय आहे मला...

कर्वे : पण बरी नव्हे ती. काहीही करावं पण आहारी जाऊ नये. ड्रिंक स्लोली. जस्ट अ सिप्.

बेबी : तुम्ही म्हणाल तसं कर्वे. (एक-दोन छोटे घोट घेऊन) कर्वे–

[एकदम कॉटवर उभी राहून एक पोज घेते. कर्वे गोंधळून पाहू लागतो. बेबी हसू लागते.]

कर्वे : (हसण्याचा प्रयत्न करीत) मजा आहे.

[बेबी दुसरी पोज घेते. हसते आहे.]

बहोत अच्छे. गुड फिगर. नाइस अँगल.

[मागे शिवापाची प्रचंड छायाकृती, मरत्या बायकोच्या कॉटशी निश्चल बसलेली– अंधुक दिसते आहे. खुर्चीवर घेतलेल्या गुडघ्यांभोवती हातांची जुडी.

बेबी आणखी दोन पोजेस घेते. कर्वे 'सायलेन्स', 'स्टार्ट', 'शूट' अशा स्टुडियोतल्या ऑर्डर्स उच्चारित काल्पनिक कॅमेऱ्याच्या लटक्या हालचाली करतो. बेबी दारूचा ग्लास घेऊन घटाघटा पिते. कर्वे थक्क पाहत राहतो. बेबीला ठसका.]

कर्वे : (भ्यायल्या स्वरात) बेबी... यू आर ए ग्रेट ड्रिंकर... अशाने काय होईल? अं? ठेव तो ग्लास. दे इकडे बरं. (ग्लास घेऊन लांब ठेवतो.) तू म्हणजे भलतंच करतेस. हे काय पिणं झालं?

बेबी : मला सवय आहे.

कर्वे : सोड ती. जरा आपली मजेपुरती घ्यावी. मजेसाठी करायच्या गोष्टी अती करून कसं चालेल? ये बैस इथे.

[बेबी एकदम त्याच्या गळ्यात पडते– बेभान होत. ती विलक्षण आक्रमक. कर्वेला हे अनपेक्षित. तो कोलमडतो. बेबी बेभान. 'कर्वे... कर्वे...' कर्वे सावरून तिच्यापासून मोकळा होण्याचा प्रयत्न करू लागतो. कसाबसा मोकळा होऊन दूर होतो. त्याचा श्वास जोराने चाललेला.]

नो, बेबी, नो, दमाने घे...

बेबी : (त्याच्या पायाशी लोळून त्याचे पाय चाटू लागत) ऊं... ऊं...

[कर्वे गोंधळून आणखीच दूर झालेला. बेबी अनावर. कर्वे

आता बऱ्यापैकी घाबरलेला. पुटपुटतो आहे, 'नो बेबी, नो...' 'ओह गॉड', 'बेबी, आधी तिकडे बैस पाहू'– 'बेबी'–
बेबी हिस्टेरिक. कर्वे डेस्परेट. जवळ जवळ फार्सिकल सीन. कर्वे अखेर थकून, हताश. एका कोपऱ्यात स्टुलावर पाय वर घेऊन बसतो. बेबी हिस्टेरिक.
यावर अंधार. काही सेकंद असाच अंधार.
पार्श्वभागी छायाकृती उजळते; शिवापाच्या बायकोच्या, कॉटवर पडलेल्या प्रेताची. शिवापाची रिकामी खुर्ची. प्रेताच्या तोंडावर पांघरूण ओढून घेतलेले. टाचणी पडल्याचाही आवाज यावा अशी स्तब्धता.
काही सेकंद फक्त ही छायाकृतीच दिसत राहते.
मग खालच्या दृश्यातला बेबीचा बेहोष चेहरा.
त्यानंतर संपूर्ण दृश्य. कर्वे स्टुलावर सिगरेटचे थोटूक ओढीत बसलेला. जमिनीवर बेबी बेहोश लोळलेली. पुटपुटते आहे. हे दिसू लागते तेव्हा शिवापाच्या बायकोच्या प्रेताची छायाकृती अंधुक झालेली.
स्तब्धता तशीच.
कर्वे आता सिगरेटचे थोटूक विझवून फेकून उठतो जागचा. बेबीकडे पाहत कॉटकडे येतो. बूट चढवू लागतो. मग बुशशर्टाची बटने तपासतो. कपडे नेटके करतो. वळतो दाराकडे जाण्यासाठी. आठवण होऊन पलीकडचे बेबीने आणलेले सिगरेटचे पाकीट उचलून खिशात घालतो. पुन्हा बेबीकडे पाहतो.]

कर्वे : अजबच आहे... हॅ... भयंकर–
[दाराकडे जातो.
आणि दारावर बाहेरून थाप पडते. कडी वाजू लागते. बाहेरून अंधार. त्यामुळे कोण आहे ते प्रेक्षकांना दिसत नाही.]

शिवापा : (तर्र शब्द) बेबे... बेबे... आहेस काय...

[कर्वे धसकलेला. मागे होतो. कोंडल्या जनावरासारखी त्याची अवस्था होत जाते. घामाने डबडबतो. दारावर थापा. कडी पुन्हा पुन्हा वाजू लागते.]

शिवापा : बेबे, दार उघड बेबे, मी आहे...

[कर्वेला काय करावे कळत नाही. तो कसाबसा आतल्या खोलीच्या दिशेने जातो. आत मागल्या दारासाठी भिंतीशी जाऊन बघतो. ते नाही.

शिवापाचा तर्र स्वर चढतो आहे. दार फार जोराने वाजते आहे.]

दार उघड ए... मी आलोय– शिवापा–

[कर्वे आता चांगलाच घाबरलेला. बेबीला उठवू लागतो. जोरजोराने हलवून.]

कर्वे : बेबी– ए– बेबी, कुणी आलंय बघ–

[बेबी होशमध्ये येत नाही आहे. कर्वे जास्त जास्तच डेस्परेट. शिवापा दाराबाहेर वाइल्ड होऊ लागलेला. त्याचा स्वर आणखीच वाढतो. धडक्या.

कर्वे पाणी आणून ओततो बेबीच्या चेहऱ्यावर. बेबी डोळे उघडते.]

कर्वे : ऊठ आधी. कोण आलंय– साला घात झाला– भयंकर... ऊठ– मी काय करू आता– बेबी– [तिला हिसका मारून] उठतेस की नाही आधी? च्यायला माझं मरण आलंय इथे... [बेबीला शिवापाच्या हाका, धडक्या ऐकू जातात. ती एकदम कशीबशी उठून बसते.]

बेबी : शिवापा...

कर्वे : हो. कोण हा? तुझा भाऊ नव्हे. मी काय करू? बाहेर पडण्याचा दुसरा दरवाजा आहे? बोल आधी, बसून राहू नकोस.

[कर्वे भीतीपोटी निर्दय झालेला. बेबीचे बखोट धरून तिला तो बळेच उभी धरतो. बाहेर शिवापाच्या धडक्या. तर्र हाका.]
बोल बेबी– बघतेस काय– वेळ कसली आहे– (तिच्या तोंडात फडाफड मारतो एक-दोन चपराका.) शुद्धीवर ये पहिली– मी काय करू सांग– अग सांग रांडे–

बेबी : (हुशारत पुटपुटते) शिवापा... शिवापा...

[किंचित्काल अशी; आणि कुत्रीसारखे आवाज करते जीभ बाहेर काढून. धावत बाहेरच्या दाराकडे जाते तीरासारखी. कर्वे त्याच वेगाने आतल्या खोलीत जाऊन लपलेला. बेबी कडी काढते.

आता शिवापाच्या बायकोच्या प्रेताची छायाकृती मागील पडद्यावरून पुरती अदृश्य झालेली.

शिवापा कसाबसा आत येऊन उभा राहतो. खूप प्यायलेला. वेदनेने मर्मी घायाळ झालेला. त्याला नीटसे दिसूही शकत नाही. बेबी हात भुईवर टेकून कुत्रीप्रमाणे शिवापाचे पाय चाटू लागते. हात चाटू लागते. 'शिवापा' 'शिवापा' 'ल्हा-ल्हा' करते. शिवापाला याचे सेन्सेशन नाही. तो धडपडत जाऊन कॉटवर बसतो. मागून बेबी कुत्रीसारखी येते.]

शिवापा : बेबे, वच्छी मेली. मेली वच्छी. संपली. लाकूड झालं. काचा झाल्या डोळ्यांच्या. एक डोळा असा बाहेर आला. वच्छीचा मुर्दा झाला. हात ताठ, पाय ताठ. डोळ्यांच्या काचा. श्वास बंद. संपलं. माझी वच्छी संपली.

[छाती फोडून एकदम एक हंबरडा फोडतो. कॉटवर पडून गळा काढतो. 'वच्छे-वच्छे...'
बेबी त्याच्या पायाशी निःस्तब्ध. हात-पाय तसेच जमिनीवर टेकलेले कुत्रीसारखे.]

शिवापा : बत्तीस वर्षं माझा संसार केलान्... माझे अपराध पोटात घातलेन्. दारू पिऊन गुरासारखं मारलं तरी तक्रार नाही केलीन्... राती अपराती माझ्या वकाऱ्या भरल्यान्... हग-मूत पुसलंन्... पोरं वाढवली. उलटून बोलली नाही. माझी वच्छी... मी लाख अपराध केले तिचे, पण ती देवी होती... पतिवर्ता होती... माझी वच्छी मला सोडून गेली... वच्छे, का गेलीस ग मला सोडून... मी पोरका झालो वच्छे, पायाखालची भुई सरकली बघ माझ्या... वच्छे– आभाळ फाटलं–

[शिवापा भेकतो आहे वेदनेने तडफडत.

बेबी कॉटच्या पायागती हातपाय टेकून निश्चल.

आत कर्वे लपल्या ठिकाणी ताठरलेला.

बाहेर अंधारात राघव येऊन उभा. वेडसरपणे हातवारे करतो आहे. कपडे फाडण्याचे आविर्भाव करतो आहे. वेडसर हसतो आहे.

(बेबी आता सावकाश उठून उभी होते ताठ.)

बेबी : (स्वर कणखर) शिवापा, आता यायला सुचलं तुला. बायको मेली तेव्हां इथली आठवण झाली आणि इथं येऊन बायकोच्या नावानं रडतोस. मी जगले का मेले त्याची फिकीर नाही तुला. तुझ्या बायकोवर माझा राग नाही, मी पैसे दिले तिच्या आजारात. मयताला हवे तर आणखी देते. पण पुन्हा तू माझ्या घरात येऊ नकोस.

[शिवापाचे भेकणे रुकते.]

यानंतर आपला संबंध संपला. तुला काय, दहा पोरी मिळतील. माझाच प्रश्न आहे. पण पाहीन मी माझं काय ते. मला तुझ्याशी यापुढे कर्तव्य नाही.

[शिवापा सावकाश कॉटवरचे डोके उचलून बसता होतो.]

यापुढे तुझा तू स्वतंत्र आहेस शिवापा आणि माझी मी स्वतंत्र आहे.

[शिवापा तारवटल्या डोळ्यांनी तिच्याकडे पाहतो आहे.

बेबी क्षणभर घाबरते, पण पुन्हा एक आवंढा गिळून सावरते.

शिवापा उभा राहतो डळमळत. तिच्याकडे येतो. तिच्याकडे जवळून पाहतो.

बेबी उभ्या जागी शहारते. पुन्हा सावरते.

शिवापा डळमळत उभा.]

शिवापा : (पुटपुटतो) माझी बायको मेलीय आणि तू... ही मजाल..

[शिवापा आता घरभर पाहतो. तारवटल्या डोळ्यांनीच. आतल्या खोलीकडे डळमळत चालू लागतो.

बेबी उभ्या जागी स्तब्ध.

शिवापा वाटेतले काहीबाही पाडत आतल्या खोलीत जाऊन मध्यभागी उभा. बाजूचे काहीतरी उचलून जमिनीवर भिरकावतो भयावह त्वेषाने.

आणि आता त्याच्या नजरेला लपलेला कर्वे पडतो.

कर्वे गर्भगळित.

दोघे समोरासमोर. शिवापा काही पुटपुटत जाकिटाचे खिसे चाचपू लागतो. जाकिटाच्या खिशातली काडेपेटी शोधतो. काडी शिलगावतो. कर्वेच्या अगदी चेहऱ्याशी धरतो. कर्वेचा चेहरा पाहून घेतो. काडी विझते. ती फेकून शिवापा 'अच्छा...' पुटपुटतो. किंचित्काळ तिथेच उभा.

नि:स्तब्ध.

मग डळमळत बाहेरच्या खोलीत येतो. बेबीपुढे येतो. बेबीकडे पाहतो तारवटल्या, वेदनाभरल्या नजरेने.]

शिवापा : (भयंकर तिरस्काराने) कुत्री!

बेबी : (क्षणभर या वाराखाली खचते. घाबरतेही. आवंढे गिळते. आणि न राहवून अनावरपणे) कुणी केली? तूच.
[शिवापा बेबीचे केस खस्सदिशी गच्च पकडतो. तो तिच्याकडे तारवटून बघतो आहे.]

बेबी : नाही शिवापा. मला अशी माझ्या नशिबानं केली. तुझा काय दोष.
[शिवापा तिला लांब ढकलतो. मर्मी दुखावलेल्या श्वापदासारखा बेचैनपणे खोलीत फिरतो. झोकांड्या जाऊ बघताहेत. विडी पेटवतो कशीबशी. मग ती फेकून देतो.
पार्श्वभागी शिवापाच्या बायकोच्या प्रेताची कॉटवर पहुडलेली छायाकृती आता तरळते आहे.
कोपऱ्यात दिसलेली दारूची बाटली शिवापा उचलतो. आत दारू आहे हे पाहतो. तोंडाला लावतो.
बाटली खाली ठेवून कसल्या तरी असह्य चिडीने बेबीकडे जातो. बेबी भिंतीशी मागे मागे सरकते.
शिवापा एका जागी थांबलेला. नि:स्तब्ध. बेबीकडे तारवटली नजर. आतून आवेग येत आहेत. ते दाबण्याचा प्रयत्न करतो आहे आणि अखेर दोन्ही हातात तोंड लपवून घेतो.]

शिवापा : कुत्री, कुत्री. [पिळवटून येतो आहे.] वच्छी गेली आणि साली ही कुलंगी कुत्री राह्यली. माझी वच्छी गेली. मला सोडून गेली. सोडून गेली मला. लाकूड झालं माझ्या वच्छीचं. डोळ्यांच्या काचा झाल्या माझ्या वच्छीच्या. बंद स्वास. संपलं. वच्छी मेली. माझ्या पोरांची आय मेली. माझ्या घराची लक्ष्मी मेली. माझी पतिवर्ता, इमानी, सोशिक वच्छी मला सोडून गेली आणि मी मागं राह्यलो. (शिवापा गळा काढून रडू लागतो. रडता रडता कोसळतो. वेदनेने तडफडत कॉटच्या दांड्यावरच

कचाकच डोके आपटून घेऊ लागतो. भुईवर मुठी आपटतो आहे. अनावर आवेगाने पिळवटतो आहे.)

बेबी : (जाऊन मागे उभी राहून) शिवापा, उगी. जे देवाच्या मनात असतं ते शेवटी टळत नाही. शोक करून काय होणार? तुझी बायको त्यानं परत येणार नाही, शिवापा असंच असतं. चांगली माणसं जातात आणि वाईट मागे उरतात. माझी आई अशीच गेली. मी खूप रडले. पण काय झालं? राघवला वेड्याच्या इस्पितळात नेला, तेव्हां मी म्हणाले, मी या खेपेला मुळीच रडणार नाही. मी तर जगात अगदी एकटी होते. तुला तुझी मुलं आहेत शिवापा. तू पुरुष आहेस. काही दिवसांनी तू तुझ्या बायकोला विसरशील.

[शिवापा विकल बसलेला कॉटच्या दांडीवर डोके टेकून.] काय करू तुझ्यासाठी म्हणजे तुला बरं वाटेल? पोज घेऊ? की तुझे पाय चाटू? कपडे उतरू मी शिवापा? तुला कशानं बरं वाटेल?

[आतून सावधपणे बाहेर जरा पुढे येऊन हे पाहणारा कर्वे आता चोरासारखा बाहेर जाऊ लागतो. वाटेत काहीतरी पाडतो.]

बेबी : (कर्वे जातो आहे हे पाहून) सावकाश बाहेर जा तुम्ही कर्वे. शिवापा तुम्हांला काही करणार नाही. तुम्ही आलात पण तुमची सेवा करणं माझ्या नशिबात नव्हतं. मला क्षमा करा हं कर्वे. माझ्यामुळे तुम्हांला तकलिफ झाली.

[कर्वे गोंधळलेला. कसाबसा बाहेर निघून चोराप्रमाणे अंधारात अदृश्य होतो, वेडसर राघवच्या अंगावरून.]

बेबी : कसं वाटतं तुला आता शिवापा? काटेवर झोपतोस? मी तुझ्या अंगाला हात लावला तर चालेल? मी हीन असेन, पण मला कुणाचं दुःख बघवत नाही. तुला काटेवर झोपवू शिवापा? तुझं डोकं चेपू?

[शिवापा आता दारूचा एक मोठा उसासा सोडतो. डोके झाडतो जोराने. डोळे उघडून जागा व्हावा तसा इकडे तिकडे पाहतो. बेबीकडे पाहतो.]

शिवापा : (तिरस्काराने) लूतभरली कुत्री! रांड! (उभा राहतो उठून) रांड! चले जाव यहाँसे. मी दिलंय हे घर तुला. इथली वस्तून् वस्तू माझी आहे. कपडा माझा आहे. तू चालती हो इथनं (आत्ताच्या आत्ता. जा, तुझ्या त्या (आत बोट दाखवून) त्याच्याकडे, त्याच्याकडे ऱ्हा तू. मला नाही पाह्यजे तू इथे. चले जाव–

[बेबी सुन्न.]

चले जाव, आत्ताच्या आत्ता.

बेबी : पण मी कुठे जाऊ?

शिवापा : जा, त्याच्याकडे जा.

बेबी : तुझ्याशिवाय या वेळी मला कोणी नाही शिवापा.

शिवापा : तो आहे की. साला डुक्कर.

बेबी : त्यांना उगाच नावं ठेवू नकोस. मला काय ते बोल.

शिवापा : फाडतो उभी तुला, थांब. बाहेर नीघ इथनं आत्ताच्या आत्ता.

बेबी : पण शिवापा–

शिवापा : निघतेस का घेऊ जीव तुझा? ब्याद नाही पाह्यजे. बेइमान औलाद साली. मी-मी ठेवली आणिक गावाशी संबंध? मोरी मी बांधतो न् त्यात गाव घाण करणार? अरे हट्. नाही पाह्यजे. बास! आत्ताच्या आत्ता बाहेर हो तू, दुसरी बात नाही, बाबे. चल, उतर पहिली तू पायरी. थांबलीस तर मुंडी मुरगळीन सांगतोय. टांग उखडून टाकीन.

[बेबी कुचंबलेली. रडू येऊ बघते आहे, पण रडत नाही आहे.]

बाबे, मी जातोय. पण सकाळला तू इथं दिसता कामा नाहीस. इथली एक देखील वस्तू गेली तर असशील तिथे पब्लिकमध्ये

नागवी करीन सांगतोय. शिवापाचा तडाखा कळेल तुला. साली कुत्री साली. मालकाशी बेइमानी करते. वच्छीच्या मळाची सर नाही तुला.

[संथपणे निघून जाऊ लागतो. मग न राहवून वळतो. तिच्याकडे येतो. तिच्या पोटात एक लाथ घालतो. ती भेलकांडून तडफडत भुईवर गडबडा लोळते, कण्हत.

शिवापा किंचित् समाधानाने, जाकिट नीट करीत, तिच्याकडे एक जळता कटाक्ष टाकून बाहेर निघून जातो.

अंधारातला वेडसर हातवारे करणारा राघव त्याला दिसत नाही. राघव शिवापा गेल्याचे पाहतो. वेडसर हातवारे करीत घरात येतो.

बेबी वेदनांनी बेभान. कण्हत पडली आहे भुईवर, पाय ओटीशी मुडपून घेऊन, पोटावर दोन्ही हात आवळून धरून. राघव आणखीच वेडसर होतो.]

राघव	: (तशाच स्थितीत) बेबे– बेबे–
बेबी	: (भान येऊन कण्हतच) राघव, मला तिकडलं पाणी आणून दे रे. मला पाणी दे राघव. मला पाणी दे घोटभर. पाणी...

[राघव वेडसरपणेच जाऊन कसाबसा पाणी घेऊन येतो. तिच्या तोंडात ओततो. ओतताना वेडसर आवाज करतो.]

राघव	: मारलं... मारलं त्यानं...
बेबी	: (उठून बसू पाहत) फार नाही लागलं, राघव. होईल बरं. (कशीबशी उठून बसते. पोट गच्च दाबून धरून राहते.) आई ग. आई...

[राघवचे वेडसर हातवारे वाढताहेत. बेबी गुडघ्यांवर डोके विसावून विकल बसून राहिलेली. राघव वेडसरपणेच तिला थोपटू लागतो.]

राघव : झोप... झोप...

बेबी : नाही राघव, आता झोपायचं नाही. इथून लौकर सकाळी जायचं.

[राघवचा एक वेडसर उद्गार.]

दिवस उजाडण्याआत जायचं.

[राघवचा केविलवाणा वेडसर उद्गार.]

कुठे जायचं. देवाला चांगल्या माणसांची काळजी असते राघव. जगी ज्यास कोणी नाही, त्यास देव आहे. मी वाईट आहे. मी बेइमान झाले. मला देव क्षमा करणार नाही, राघव. मला सर्व भोगलंच पाहिजे. उजाडण्याआत इथून जायला हवं. किती वाजले राघव? रात्र किती उरली? आता झोप नाही. उजाडण्याआत लौकर जाऊ या.

[राघवचा वेडसर उद्गार. वेडसर हातवारे.]

राघव, किती वाजले? (कण्हते आहे.) रात्र संपेल. फातरफेकर, काय होईल हो पुढे?

[कोण उत्तर देणार? तशीच विकल, क्षीण कण्हत बसलेली बेबी. शेजारी वेडसर राघव. आता तो वेडसर हसू लागतो लाटालाटांनी.

त्याचे अभद्र हसणे वाढत चालले आहे. लाळ गळते आहे. विकल बेबी.

पडदा.]